ഡോ. വേലുക്കുട്ടി അരയൻ

dr. velukkutty arayan

•

editor
m a baby

•

first edition
july 2019

•

typesetting
star communications, thiruvananthapuram

•

published
chintha publishers, thiruvananthapuram

•

cover
k k suresh

വിതരണം

ദേശാഭിമാനി ബുക്ക് ഹൗസ്

H O തിരുവനന്തപുരം-695 035
Ph: 0471-2303026, 6063020
www.chinthapublishers.com
chinthapublishers@gmail.com

ബ്രാഞ്ചുകൾ

ഹെഡ്ഡാഫീസ് ബ്രാഞ്ച് കുന്നുകുഴി • സ്റ്റാച്യു തിരുവനന്തപുരം • കെ എസ് ആർ ടി സി ബസ് സ്റ്റേഷൻ ആലപ്പുഴ • കെ എസ് ആർ ടി സി ബസ് സ്റ്റേഷൻ എറണാകുളം • മച്ചിങ്ങൽ ലെയ്ൻ തൃശൂർ • ഐ ജി റോഡ് കോഴിക്കോട് • മാവൂർ റോഡ് കോഴിക്കോട് • എൻ ജി ഒ യൂണിയൻ ബിൽഡിങ് കണ്ണൂർ • സെൻട്രൽ ബസ് ടെർമിനൽ കോംപ്ലക്സ് താവക്കര കണ്ണൂർ

CO - 2814 / 5078
ISBN - 978-93-88485-75-3

ഡോ. വേലുക്കുട്ടി അരയൻ

എഡിറ്റർ
എം എ ബേബി

ചിന്ത പബ്ലിഷേഴ്സ്
തിരുവനന്തപുരം-695 035

എം എ ബേബി

സി പി ഐ (എം) പൊളിറ്റ് ബ്യൂറോ അംഗം. ജനനം: ഏപ്രിൽ 5, 1954. പ്രാക്കുളം പഞ്ചായത്ത് എൽ പി സ്കൂൾ, എൻ എസ് എസ് സ്കൂൾ, കൊല്ലം എസ് എൻ കോളേജ് എന്നിവിടങ്ങളിൽ വിദ്യാഭ്യാസം. 1974 ൽ എസ് എഫ് ഐ സെൻട്രൽ എക്സിക്യൂട്ടീവ് കമ്മിറ്റിയിലെ ഏറ്റവും പ്രായം കുറഞ്ഞ അംഗമായി തിരഞ്ഞെടുക്കപ്പെട്ടു. 1975 ൽ എസ് എഫ് ഐ കേരളം ഘടകം പ്രസിഡന്റ്. 1977 ൽ സി പി ഐ (എം) കൊല്ലം ജില്ലാ കമ്മിറ്റി അംഗം. 1978 ൽ ഹവാനയിൽ നടന്ന ലോകയുവജന വിദ്യാർത്ഥിമേളയിൽ ഇന്ത്യൻ പ്രതിനിധി. 1979 ൽ എസ് എഫ് ഐ യുടെ അഖിലേന്ത്യാ പ്രസിഡന്റ്. 1983 ൽ ഡി വൈ എഫ് ഐ അഖിലേന്ത്യാ ജോയിന്റ് സെക്രട്ടറി. 1984 ൽ സി പി ഐ (എം) കേരള സംസ്ഥാന കമ്മിറ്റിയംഗം. 1986 ൽ രാജ്യസഭാംഗം. രാജ്യസഭയിലെ ഏറ്റവും പ്രായം കുറഞ്ഞ അംഗങ്ങളിൽ ഒരാൾ. രാജ്യസഭാ അദ്ധ്യക്ഷ പാനലിൽ ഉൾപ്പെട്ടു. 1998 വരെ രാജ്യസഭാംഗം. 1987 ൽ ഡി വൈ എഫ് ഐ അഖിലേന്ത്യാ പ്രസിഡന്റ്. 1989 ൽ സി പി ഐ (എം) കേന്ദ്രകമ്മിറ്റിയംഗം. 1989 ൽ സ്വരലയ രൂപീകരണം. 1992 ൽ സി പി ഐ (എം) കേന്ദ്ര സെക്രട്ടറിയേറ്റ് അംഗം, 1997 ൽ സി പി ഐ (എം) സംസ്ഥാന സെക്രട്ടറിയേറ്റ് അംഗം. 1997 ൽ യു എൻ ജനറൽ അസംബ്ലിയിൽ പ്രസംഗം. 2006 ൽ കേരള സംസ്ഥാന നിയമസഭാംഗം (കുണ്ടറ). 2006 ൽ കേരള സംസ്ഥാന വിദ്യാഭ്യാസ സാംസ്കാരിക വകുപ്പുമന്ത്രി. 2011 ൽ കേരള സംസ്ഥാന നിയമസഭാംഗം (കുണ്ടറ) രണ്ടാമൂഴം. 2012 ൽ സി പി ഐ (എം) പൊളിറ്റ് ബ്യൂറോ അംഗം. പലതവണ ജയിൽവാസം. അടിയന്തരാവസ്ഥ കാലത്ത് ക്രൂരമായ പൊലീസ് മർദ്ദനവും ജയിൽവാസവും അനുഭവിച്ചു. കലാമണ്ഡലം കല്പിത സർവ്വകലാശാലയായി അംഗീകരിച്ചു. കൊച്ചി മുസിരിസ് ബിനാലെക്കു തുടക്കം കുറിച്ചു. കലാകാര ക്ഷേമനിധി നിയമം പാസാക്കി. ഉന്നത വിദ്യാഭ്യാസ കൗൺസിൽ നിയമനിർമ്മാണത്തിലൂടെ സ്ഥാപിച്ചു. 2013 ൽ സാംസ്കാരിക രംഗത്തെ സംഭാവനകൾ പരിഗണിച്ച് അഭിനവ് രംഗമണ്ഡൽ ഏർപ്പെടുത്തിയ പ്രഥമ അർജ്ജുൻ സിങ് അവാർഡിനർഹനായി.

ഉള്ളടക്കം

പ്രസാധകക്കുറിപ്പ്

ചരിത്രത്തിന്റെ പ്രയാണത്തിൽ പലപ്പോഴും തെറ്റുകളും ശരികളും മാറ്റി പതിപ്പിക്കപ്പെടുകയും വ്യക്തികളും പ്രസ്ഥാനങ്ങളും അവഗണിക്കപ്പെട്ടു പോവുകയും തിരസ്കരിക്കപ്പെട്ടുവെന്നു കരുതപ്പെടുന്നവ പലപ്പോഴും വീണ്ടെടുക്കപ്പെടുകയും ചെയ്യാറുണ്ട്.

അത്തരം ഒരു ഓർത്തെടുക്കലാണ് സ. എം എ ബേബി *ഡോ. വേലുക്കുട്ടി അരയൻ* എന്ന ഈ കൃതിയിലൂടെ നിർവ്വഹിച്ചിരിക്കുന്നത്. ഇ എം എസ് നമ്പൂതിരിപ്പാട്, തഴവാ കേശവൻ, സ്വാമി ബ്രഹ്മവ്രതൻ, ജസ്റ്റിസ് വി ആർ കൃഷ്ണയ്യർ, ഡോ. ജി രാമചന്ദ്രൻ, പി ഗോവിന്ദപ്പിള്ള എന്നിങ്ങനെ പ്രഗത്ഭരായ നിരവധി എഴുത്തുകാർ ഡോ. അരയനെക്കുറിച്ച് പല കാലങ്ങളായി എഴുതിയിട്ടുള്ള ലേഖനങ്ങളാണ് ഇതിന്റെ ഉള്ളടക്കം.

അറിവുകൾ പുതുക്കുകയും കർത്തവ്യങ്ങൾ കൃത്യതയോടെ നിർവ്വഹിക്കുകയും ചെയ്യേണ്ടുന്ന ഈ സമയസന്ധിയിൽ ഓർമ്മകൾ പുതുക്കുന്നതിനും അറിവ് ആവേശമാക്കുന്നതിനും ഞങ്ങൾ ഇതു പ്രസിദ്ധീകരിക്കുന്നു. സ്വീകരിക്കുക.

ചിന്ത പബ്ലിഷേഴ്സ്

ഡോ. വേലുക്കുട്ടി അരയൻ

ഇ എം എസ് നമ്പൂതിരിപ്പാട്

ആയിരത്തിത്തൊള്ളായിരത്തി തൊണ്ണൂറ്റിനാലിൽ ഡോ. വേലുക്കുട്ടി അരയൻ സ്മരണിക പ്രകാശനം ചെയ്ത് ഏതാനും ദിവസങ്ങൾക്കുള്ളിൽ ദേശാഭിമാനി വാരികയിൽ ഇ എം എസിന്റെ ഡയറിയിൽ വന്നത്.

കൊല്ലം ജില്ലയിലെ കരുനാഗപ്പള്ളിക്കടുത്ത് ചെറിയഴീക്കലിലുള്ള പിന്നോക്ക സമുദായ കുടുംബത്തിൽ ജനിച്ച് പഴയ തിരുവിതാംകൂറിന്റെയും പിന്നെ തിരുകൊച്ചിയുടെയും കേരളത്തിന്റെയും പൊതുജന നേതാവായി ഉയർന്ന ഒരു മഹാനായിരുന്നു ഡോ.വേലുക്കുട്ടി അരയൻ. 1894 മാർച്ച് 11 ന് ജനിച്ച അദ്ദേഹം 1969 മെയ് 31 ന് അന്തരിച്ചു. അങ്ങനെ അദ്ദേഹത്തിന്റെ ജന്മശതവാർഷികവും 25-ാം ചരമവാർഷികവുമാണ് 1994.

കഴിഞ്ഞ മെയ് അഞ്ചിന് അദ്ദേഹത്തിന്റെ ജന്മദേശമായ ചെറിയഴീക്കൽവച്ച് പി എസ് ശ്രീനിവാസന്റെ അദ്ധ്യക്ഷതയിൽ ചേർന്ന അനുസ്മരണയോഗത്തിൽ കേരളത്തിലെ അറിയപ്പെടുന്ന സാമൂഹിക സാംസ്കാരിക രാഷ്ട്രീയ നേതാക്കളിൽ പലരും സ്മര്യപുരുഷനെ അനുസ്മരിക്കുകയും വിലയിരുത്തുകയും ചെയ്തുകൊണ്ട് എഴുതിയ കുറിപ്പുകളോടെ പ്രസിദ്ധീകരിച്ച *വേലുക്കുട്ടി അരയൻ സ്മരണിക* പ്രകാശനം ചെയ്യാൻ എനിക്കവസരം കിട്ടി. മുൻ കോൺഗ്രസ് മന്ത്രി എ എ റഹീമാണ് ഗ്രന്ഥം എന്റെ കൈയിൽ നിന്ന് ഏറ്റുവാങ്ങിയത്. ആശംസാ പ്രസംഗം നടത്തിയവരിൽ ബേബി ജോണടക്കം പല രാഷ്ട്രീയ നേതാക്കളും പെടുന്നു.

*സ്മരണിക*യിൽ പ്രസിദ്ധീകരിച്ച എന്റെ കുറിപ്പിലും അനുസ്മരണ യോഗത്തിൽ ഞാൻ നടത്തിയ പ്രസംഗത്തിലും ചൂണ്ടിക്കാണിച്ചതു

പോലെ സ്വന്തം സമുദായമായ അരയരുടെയും അവർ ഉൾക്കൊള്ളുന്ന പിന്നോക്ക ജാതിക്കാരുടെയും അവശതകൾക്കെതിരായ സമരത്തിലെ സേനാനിയായാണ് ഡോ. വേലുക്കുട്ടി അരയൻ തന്റെ പൊതുജീവിതം ആരംഭിച്ചത്.

പക്ഷേ, ആ പ്രവർത്തനത്തിന്റെ അനുഭവത്തിൽനിന്ന് അദ്ദേഹം രണ്ടുപാഠങ്ങൾ പഠിച്ചു. ഒന്നാമത്. പിന്നോക്കജാതിക്കാരുടെ അവശതകൾ പരിഹരിക്കണമെങ്കിൽ മുന്നോക്കക്കാർ ഉൾപ്പെടുന്ന ദേശീയപ്രസ്ഥാനവുമായി അവർ ഇണങ്ങിച്ചേരണം. രണ്ടാമത് ദേശീയപ്രസ്ഥാനത്തിനകത്ത് പ്രവർത്തിക്കുന്ന ഇടതുപക്ഷക്കാരുമായി പിന്നോക്കജാതിക്കാർ താദാത്മ്യം പ്രാപിക്കണം. അതായത് പൊതുദേശീയ പ്രസ്ഥാനത്തിന്റെയും ഇടതുപക്ഷ പ്രസ്ഥാനത്തിന്റെയും ഭാഗമായല്ലാതെ പിന്നോക്കജാതിക്കാർക്ക് പരിഹരിച്ചു കിട്ടേണ്ട പ്രശ്നങ്ങൾ കൈകാര്യം ചെയ്യാനാവില്ല.

ഈ സത്യം വ്യക്തമാക്കുന്ന ഒരു ലഘുജീവിതക്കുറിപ്പ് ഈ സ്മരണികയിൽ കൊടുത്തിട്ടുണ്ട്. അത് താഴെ ചേർക്കുന്നു.

> 1908 ൽ വേലുക്കുട്ടി അരയൻ തന്റെ 14-ാം വയസ്സിൽ *വിജ്ഞാന സന്ദായിനി* എന്ന പേരിൽ ചെറിയഴീക്കൽ ഒരു വായനശാല രൂപീകരിച്ചു. 1918 വരെ അതിന്റെ സെക്രട്ടറിയായി പ്രവർത്തിച്ചു. 1918 ൽ കേരളത്തിന്റെ വടക്കേ അറ്റംമുതൽ തെക്കേയറ്റംവരെ വേലുക്കുട്ടി അരയൻ സഞ്ചരിച്ചു. അരയ-വാല-മുക്കുവ-നൂളയ എന്നീ വിഭാഗങ്ങളിൽപ്പെട്ട സ്വസമുദായത്തിലെ അവാന്തരവിഭാഗങ്ങളെയൊക്കെ കൂട്ടിക്കൊണ്ട് ഒരു പൊതുസംഘടന ഉണ്ടാക്കുന്നതിനുള്ള ജനസമ്മതം നേടുകയും അതനുസരിച്ച് 1919 ൽ 'സമസ്ത കേരളീയ അരയമഹാജന യോഗം' എന്ന പേരിൽ കേരളാടിസ്ഥാനത്തിൽ ഒരു സംഘടന തിരുവനന്തപുരത്തുവച്ച് രൂപീകരിക്കുകയും അതിന്റെ ജനറൽ സെക്രട്ടറിയായി 1919 മുതൽ 1959 വരെ പ്രവർത്തിക്കുകയും ചെയ്തു. 1099 ൽ വൈക്കം സത്യഗ്രഹപ്രവർത്തനങ്ങളിൽ ഏർപ്പെട്ടു. 1100 ൽ എസ് എൻ ഡി പി യോഗം സംഘടിപ്പിച്ച 'തിരുവിതാംകൂർ അവർണ്ണ ഹിന്ദു മഹാസഭ'യുടെ ജനറൽ സെക്രട്ടറിയായി പ്രവർത്തിച്ചു.

എന്നാൽ സ്വന്തം സമുദായത്തിലും അതുകൂടി ഉൾപ്പെടുന്ന പിന്നോക്ക സമുദായങ്ങളിൽ പൊതുവേയും മാത്രമല്ല ഡോക്ടർ അരയൻ പ്രവർത്തിച്ചത്. അദ്ദേഹത്തിന്റെ ബഹുമുഖ പൊതുപ്രവർത്തനം മേൽ ഉദ്ധരിച്ച കുറിപ്പിൽ ഇങ്ങനെ സംക്ഷേപിച്ചിട്ടുണ്ട്.

> 1106 ൽ 'അഖില തിരുവിതാംകൂർ നാവികത്തൊഴിലാളി സംഘം' രൂപീകരിക്കുകയും അതിന്റെ ലീഡിങ് ഡയറക്ടറായും പ്രസിഡന്റായും ആക്ടിങ് പ്രസിഡന്റായും പ്രവർത്തിക്കുകയും ചെയ്തു.

1111 ൽ ചെറിയഴീക്കൽ ഒരു മിഡിൽ സ്കൂൾ ഉണ്ടാക്കുകയും ആ സ്കൂൾ സർക്കാരിന് വിട്ടുകൊടുക്കുന്നതുവരെ സെക്രട്ടറിയായി പ്രവർത്തിക്കുകയും ചെയ്തു. 1095 മുതൽ 1122 വരെ ഇന്ത്യൻ നാഷണൽ കോൺഗ്രസിന്റെ തിരുവിതാംകൂറിലെ ഒരു സജീവ പ്രവർത്തകനായിരുന്നു ഡോ. അരയൻ. ഇതിനുശേഷം തിരുവിതാംകൂർ മിനറൽ വർക്കേഴ്സ് യൂണിയൻ, തിരുവിതാംകൂർ മത്സ്യ തൊഴിലാളി യൂണിയൻ, പോർട്ട് വർക്കേഴ്സ് യൂണിയൻ എന്നിവയുടെ വർക്കിങ് കമ്മിറ്റി മെമ്പറായി പ്രവർത്തിച്ചു. അതോടൊപ്പം കമ്യൂണിസ്റ്റ് പ്രവർത്തകനായി.

1948 ലെ അസംബ്ലി തിരഞ്ഞെടുപ്പിൽ കരുനാഗപ്പള്ളി ഒന്നാം നിയോജക മണ്ഡലത്തിൽ കമ്യൂണിസ്റ്റ് സ്ഥാനാർത്ഥിയായി ഡോ. അരയൻ മത്സരിച്ചു. ഗവൺമെന്റിന്റെ നിരവധി കമ്മിറ്റികളിലും ബോർഡുകളിലും അദ്ദേഹം സേവനമനുഷ്ഠിച്ചിട്ടുണ്ട്. കേരളാ ഒ ബി സി ഫെഡറേഷൻ പ്രസിഡന്റ്, കേരള പിന്നോക്ക സമുദായ കർമ്മസമിതി വൈസ്പ്രസിഡന്റ്, കേരളാ ഹിന്ദു മിഷൻ ഡയറക്ടർ എന്ന നിലകളിലും സ്തുത്യർഹമായ സേവനം നടത്തി. 1905 ലെ ഒന്നാം റെഗുലേഷനെതിരെ തിരുവിതാംകൂറിൽ ആദ്യമായി പ്രതിഷേധിച്ചത് വേലുക്കുട്ടി അരയനായിരുന്നു. 1103 ൽ ബ്രൂക്ക്ബോണ്ട് പദ്ധതിയെ അദ്ദേഹം എതിർത്ത് രാജ്യത്താകമാനം കോളിളക്കം സൃഷ്ടിക്കുകയും സർക്കാരിനെക്കൊണ്ട് അത് പിൻവലിപ്പിക്കാൻ ചെങ്ങന്നൂർ മഹായോഗം വിളിച്ചു കൂട്ടുകയും ചെയ്തിട്ടുണ്ട്.

സ്വന്തം സമുദായത്തെ സേവിക്കൽ, തൊഴിലാളി വർഗ്ഗത്തെയാകെ സംഘടിപ്പിക്കൽ, പൊതു രാഷ്ട്രീയ പ്രവർത്തനത്തിൽ പങ്കെടുക്കൽ എന്നിവ പരസ്പരപൂരകമാണ് എന്നും അവയുടെ യുക്തിയുക്തമായ പരിണാമമാണ് കമ്യൂണിസ്റ്റ് പാർട്ടിയുടെ നേതൃത്വത്തിൽ ഇടതുപക്ഷ പ്രസ്ഥാനം വളർത്തി ശക്തിപ്പെടുത്തലെന്നും ഒരു പിന്നോക്ക സമുദായ നേതാവായിരുന്ന ഡോ. അരയൻ മനസ്സിലാക്കിയിരുന്നുവെന്നാണല്ലോ ഇതിനർത്ഥം. ഇത് ഇന്നത്തെ രാഷ്ട്രീയ സാഹചര്യത്തിൽ വിശേഷിച്ചും പ്രസക്തമാണ്.

എന്തുകൊണ്ടെന്നാൽ തൊഴിലാളിവർഗ്ഗത്തിന്റേതായ വർഗ്ഗസമരവും പിന്നോക്കജാതിക്കാരുടേതായ സാമൂഹ്യ നീതിപ്രസ്ഥാനവും വിഭിന്നങ്ങളാണ്. അവയെ ഒന്നിച്ചു കൊണ്ടുപോകുകയാണ് ഇന്നാവശ്യം എന്ന് വേണുവിനെയും അജിതയെയും പോലുള്ള മുൻ നക്സലുകാരും ഗൗരിയമ്മയെപ്പോലെയുള്ള മുൻ സി പി (എം) നേതാക്കളും ചേർന്ന് ഒരു പുതിയ സിദ്ധാന്തം ആവിഷ്കരിച്ച് വ്യാപകമായി പ്രചരിപ്പിക്കാൻ ശ്രമിച്ചുകൊണ്ടിരിക്കുകയാണ്.

ഡോ. അരയന്റെ ജീവചരിത്രവും കേരളത്തിലെ കമ്യൂണിസ്റ്റ് പ്രസ്ഥാത്തിന്റെ ചരിത്രവും വ്യക്തമാക്കുന്നതുപോലെ പിന്നോക്ക സമുദായങ്ങളുടെ മോചനത്തിനുവേണ്ടിയുള്ള സമരത്തിന്റെ യുക്തിയുക്തമായ പരി

ണാമമാണ് സംഘടിതതൊഴിലാളി പ്രസ്ഥാനം.

പിന്നോക്ക ജാതിക്കാരുടെ അവശതകൾ പരിഹരിക്കാൻ ശ്രമിക്കാതെ തൊഴിലാളിവർഗ്ഗത്തിന് സ്വയം സംഘടിച്ചൊന്നാകാൻ കഴിയുകയില്ല. പിന്നോക്കജാതി ജനലക്ഷങ്ങൾക്കാകട്ടെ, മുന്നോക്കജാതികളിൽപ്പെട്ട അവശർകൂടി ഉൾക്കൊള്ളുന്ന ഒരു വിശാല ബഹുജനപ്രസ്ഥാനത്തിലൂടെ മാത്രമേ സാമൂഹ്യ നീതി കൈവരിക്കാൻ കഴിയുകയുള്ളൂ.

വ്യത്യസ്തങ്ങളാണെങ്കിലും അന്യോന്യം ബന്ധപ്പെട്ട രണ്ടു കൈവഴികളാണ് അവശജാതിക്കാർ ജാതീയാവശതകൾക്കെതിരായും അവശവർഗ്ഗങ്ങൾ വർഗ്ഗചൂഷണത്തിനെതിരായും നടത്തുന്ന പോരാട്ടങ്ങൾ. ആ രണ്ടു കൈവഴികൾ ചേർന്ന മഹാനദിയാണ് വിപ്ലവത്തൊഴിലാളി പ്രസ്ഥാനം. ഈ സത്യം ഡോ. അരയനു മാത്രമല്ല വേണുവിനെയും അജിതയെയും പോലുള്ള മുൻ നക്സലുകാരും ഗൗരിയമ്മയെപ്പോലെയുള്ള മുൻ സി പി ഐ (എം) കാർക്കും അവർ മാർക്സിസ്റ്റുകാരായിരുന്ന കാലത്തറിയാമായിരുന്നു. അന്നവർ വിപ്ലവത്തൊഴിലാളി പ്രസ്ഥാനത്തെ വളർത്താനും ശക്തിപ്പെടുത്താനും സാമൂഹ്യനീതിക്കുള്ള സമരത്തെ ഉപയോഗപ്പെടുത്തി. ഇപ്പോൾ അവർ അതു ഉപേക്ഷിച്ചിരിക്കുന്നു. അവശവർഗ്ഗങ്ങളുടെ ഐക്യത്തിന് അവർ ഊന്നൽ നല്കുന്നു.

ജന്മശതവാർഷികമാഘോഷിക്കുന്ന ഡോ. അരയന്റെ ജീവചരിത്രമെന്നപോലെ കേരളത്തിന്റെ രാഷ്ടീയചരിത്രവും വ്യക്തമാക്കുന്നത് ഇതാണ്. സ്വാമി വിവേകാനന്ദനെക്കൊണ്ട് ഭ്രാന്താലയം എന്ന് വിളിപ്പിച്ച കേരളത്തിൽ ദേശീയപ്രസ്ഥാനം, പൊതുജനാധിപത്യപ്രസ്ഥാനം, തൊഴിലാളിവർഗ്ഗ പ്രസ്ഥാനം എന്നിവയുടെ തുടക്കം മേൽജാതിക്കാരുടെ മേധാവിത്വത്തിനെതിരായ സമരമെന്ന രൂപത്തിലാണ് (മേൽജാതികളിൽ തന്നെ രൂപപ്പെട്ട സാമൂഹ്യപരിഷ്കാര പ്രസ്ഥാനവും ഇതിൽപ്പെടും). പക്ഷേ, മേൽജാതികൾക്കെതിരെയും മേൽജാതികൾക്കകത്തു തന്നെ സാമൂഹ്യപരിഷ്കരണത്തിനുവേണ്ടിയുള്ള പ്രസ്ഥാനം പൊതുജനാധിപത്യപ്രസ്ഥാനവും ദേശീയപ്രസ്ഥാനവുമായി ഉയർന്നു. അതിനകത്താകട്ടെ ഇടതുപക്ഷ പ്രസ്ഥാനം രൂപം കൊള്ളുകയും അതിന്റെ നേതൃത്വത്തിൽ തൊഴിലാളി-കർഷകാദി ബഹുജനങ്ങളുടെ പ്രക്ഷോഭസമരങ്ങളും സംഘടനകളും ഉയർന്നുവന്നു.

അവയുടെ വളർച്ചയെത്തിയ രൂപമാണ് തിരഞ്ഞെടുപ്പ് രംഗത്തെ ഇടതുപക്ഷ ജനാധിപത്യമുന്നണിയും പ്രക്ഷോഭസമരരംഗത്തിലെ ഐക്യസമരവേദിയും. വ്യക്തമായി രൂപപ്പെട്ട ഈ വർഗ്ഗൈക്യം തകർക്കുന്നതിന് ജാതീയതയുടെ ഐക്യം കെട്ടിപ്പടുക്കാൻ ശ്രമിക്കുന്ന വേണു-അജിത - ഗൗരിയമ്മമാർ നാഴികമണിയുടെ സൂചി തിരിച്ചു വയ്ക്കാൻ ശ്രമിക്കുക എന്ന പാഴ്വേലയിലാണ് ഏർപ്പെട്ടിട്ടുള്ളത്.

പിന്നോക്കസമുദായത്തറവാടിന്റെ കാരണവർ

പി ഗംഗാധരൻ എക്സ് എം എൽ എ

ആയിരത്തിത്തൊള്ളായിരത്തി അറുപത്, പൊട്ടിത്തെറിച്ച കേരളത്തിലെ രാഷ്ട്രിയ അഗ്നിപർവ്വതത്തിന്റെ ലാവ മുഴുവൻ ഒഴുകിത്തീർന്നിട്ടില്ല. അന്തരീക്ഷമാകെ ആവിയും ചൂടും നിറഞ്ഞുനില്ക്കുകയാണ്.

ആദ്യമായി തിരഞ്ഞെടുപ്പിൽ കൂടി കമ്യൂണിസ്റ്റ് പാർട്ടി അധികാരത്തിൽ വന്നു. കുപ്രസിദ്ധമായ വിമോചനസമരം വഴി കമ്യൂണിസ്റ്റ് സർക്കാരിനെ ഡിസ്മിസ്ചെയ്തു, തുടർന്ന് അധികാരത്തിലേറിയ പട്ടം-ശങ്കർ മന്ത്രിസഭ വിദ്യാഭ്യാസവകുപ്പിന്റെ 11-ാം വകുപ്പ് റദ്ദു ചെയ്യുന്നതിന് തീരുമാനമെടുത്തു. 11-ാം വകുപ്പ് വിദ്യാലയങ്ങളിൽ സംവരണത്തിനു ഉറപ്പു നല്കുന്നതിനുകൂടി ചേർത്തതായിരുന്നു. കമ്യൂണിസ്റ്റ് സർക്കാരിനെ തകിടം മറിക്കാൻ പള്ളിപ്പടയെ അണിനിരത്തി നായർ നേതാവിനെക്കൊണ്ട് സമരം നടത്തിക്കാൻ കോൺഗ്രസുകാർക്ക് കഴിഞ്ഞത് വിദ്യാഭ്യാസബില്ലിൽ സംവരണത്തിനുറപ്പു വരുത്തുന്ന 11-ാം വകുപ്പുകൂടി ചേർത്തതുകൊണ്ടായിരുന്നല്ലോ.

11-ാം വകുപ്പ് എടുത്തുകളയുന്നതിനെതിരെ പ്രക്ഷോഭണം സംഘടിപ്പിക്കാൻ കമ്യൂണിസ്റ്റ് പാർട്ടി തീരുമാനിച്ചു.

അതിനുവേണ്ടി പിന്നോക്ക സമുദായങ്ങളുടെ കൺവെൻഷൻ സംഘടിപ്പിച്ച് നേതൃത്വം കൊടുക്കുന്നതിനും കമ്യൂണിസ്റ്റ് പാർട്ടി സ്റ്റേറ്റ് കമ്മിറ്റി തീരുമാനിച്ചു. അതനുസരിച്ച് ഡിസംബർ 11 ന് എറണാകുളത്ത് സംഘടിപ്പിച്ച കേരള പിന്നോക്ക സമുദായ കൺവെൻഷനിൽ വച്ചാണ് ഡോ. അരയനെ ഞാൻ ആദ്യം കട്ടുമുട്ടിതയ്. കൺവെൻഷനിൽവച്ച് പിന്നോക്കസമുദായ കർമ്മസമിതിയുടെ വൈസ് പ്രസിഡന്റായി ഡോ. അരയനെ തിരഞ്ഞെടുത്തു. ഡോക്ടറിനെപ്പറ്റി ഞാനടക്കം പുതിയ തലമുറക്കാർക്ക് ഒന്നും അറിഞ്ഞുകൂടായിരുന്നു. അദ്ദേഹത്തെ വൈസ്പ്രസി

ഡന്റായി നിർദ്ദേശിച്ചുകൊണ്ട് കർമ്മസമിതി പ്രസിഡന്റ് ശ്രീ തഴവാ കേശവൻ പ്രസ്താവിച്ചു: "ഡോ. വേലുക്കുട്ടി അരയൻ പിന്നോക്കസമുദായത്തറവാട്ടിലെ കാരണവരാണെ"ന്ന്. സദസ്സാകെ ഹസ്തതാഡനംകൊണ്ട് അന്തരീക്ഷം ഭേദിച്ചു.

കൺവെൻഷൻ ആവേശകരമായി സമംഗളം അവസാനിച്ചു. അല്ല, അത് വേഗം അവസാനിപ്പിക്കുകയാണ് ചെയ്തത്. കാരണം സമ്മേളനം അവസാനിക്കും മുമ്പ് തന്നെ വിവിധ സ്ഥലങ്ങളിൽനിന്നും വാഹനങ്ങളിൽ വന്ന സ്ത്രീകൾ അടക്കമുള്ള ജാഥകളുടെ പടയണിയും കൊട്ടും വാദ്യങ്ങളും കൊണ്ട് സമ്മേളനത്തിൽ പങ്കുകൊണ്ടിരുന്നവർക്ക് ചർച്ചയിലൊന്നും ശ്രദ്ധയില്ലാതായി. പ്രതിനിധികളെല്ലാം ഘോഷയാത്രയിൽ പങ്കെടുക്കണം. അവർ തിരക്കിട്ട് തുടങ്ങി. ഡോ. അരയൻ പ്രഖ്യാപിച്ചു, "സമ്മേളനത്തിനുള്ള പ്രതിനിധികൾ എല്ലാം പ്രകടനത്തിന്റെ മുൻപന്തിയിൽ തന്നെ നില്ക്കണം" എന്ന്. അത് പറഞ്ഞ് തീരും മുൻപേ അദ്ദേഹം ഒരു കൊടിയുമെടുത്ത് പ്രകടനത്തിന്റെ മുൻപന്തിയിലേക്ക് നീങ്ങി.

പക്ഷേ.......... ഇന്ന് ആ ശബ്ദം നമ്മുടെ കൂടെയില്ല. അത് എന്നെന്നേക്കുമായി നമ്മളെ വിട്ടുപിരിഞ്ഞു. എങ്കിലും അവശനായി രോഗശയ്യയിൽ അഭയംപ്രാപിക്കുന്നതുവരെ ഡോ. അരയൻ കർമ്മസമിതിയുടെ ഒരു യോഗത്തിൽ നിന്ന് അകാരണമായി ഒഴിഞ്ഞുനിന്നിരുന്നില്ല. ആ ശബ്ദവും പ്രതിഭയും മഷി ഉണങ്ങാത്ത പൊൻപേനയും, തന്നെ പാലൂട്ടിപ്പോറ്റിയ തന്റെ സമുദായത്തിനുവേണ്ടി, പിന്നോക്ക സമുദായങ്ങൾക്കുവേണ്ടി ശബ്ദമുയർത്തിയിരുന്നു. അവശരും വിവശരുമായ മർദ്ദിത ജനകോടികൾക്ക് വേണ്ടി ശബ്ദമുയർത്തിയിരുന്നു, പോരാടിയിരുന്നു. എഴുതിയിരുന്നു. പോരാട്ടങ്ങളൊന്നും ദന്തഗോപുരങ്ങളിൽ ഇരുന്നുകൊണ്ടായിരുന്നില്ല. പാടത്തും പറമ്പിലും പുഴയിലും കടലിലും പാടുപെട്ട് പണിയെടുത്ത് പട്ടിണികിടക്കുന്ന ജനങ്ങളെ ഓടിനടന്ന് സംഘടിപ്പിച്ച് സമരംചെയ്ത് അവകാശങ്ങൾ നേടിയെടുക്കുന്ന ഒരു കർമ്മയോഗിയുടെ സമുന്നത പ്രവർത്തന ശൈലിയായിരുന്നു ഡോ.അരയൻ അംഗീകരിച്ചിരുന്നത്.

കൊല്ലത്തുനിന്നും വൈക്കം വീരൻ ടി കെ മാധവനോടൊപ്പം മദ്യവർജ്ജനജാഥ നയിച്ചതും പ്രചരണം സംഘടിപ്പിച്ചതും നാവിക തൊഴിലാളികൾക്ക് (കേവു വഞ്ചി ഊന്നുകാർക്ക്) കേരളത്തിൽ നടാടെ യൂണിയൻ സംഘടിപ്പിച്ചതും, അവസാനം പിന്നോക്കസമുദായ കർമ്മസമിതിയുടെ പ്രകടനത്തിന് നേതൃത്വം നല്കി കൊടിയും പിടിച്ച് മുന്നിൽ നടന്ന ചിത്രവും എല്ലാം ഡോ. അരയന്റെ ആത്മാർത്ഥമായി പണിയെടുക്കുന്ന പ്രവർത്തന ശൈലിയുടെ മായാത്ത ഉദാഹരണങ്ങളത്രേ.

പ്രത്യുല്പന്നമതിയായ ഒരു മഹാപണ്ഡിതൻ, കവി, എഴുത്തുകാരൻ, പത്രാധിപർ എന്നീ നിലകളിൽ ഡോ. അരയന്റെ പ്രത്യേകതകളും അനുഷ്ഠിച്ച എണ്ണിയാലൊടുങ്ങാത്ത സമുദായ സേവന ചരിത്രവും സംഗ്രഹിച്ചെഴുതിയാൽ തന്നെ ലേഖനം കുറെ ദീർഘമായി പോകും. അതുകൊണ്ടതെല്ലാം മറ്റു ലേഖനങ്ങളിൽ വിശദീകരിക്കട്ടെ. ഏതായാലും

ഡോ. അരയന്റെ മഹാസിദ്ധികളും കഴിവും സേവനവും നിരവധി ത്യാഗങ്ങളും കൊണ്ടുണ്ടായ നേട്ടങ്ങൾ, നാടും നമ്മളും നമ്മുടെ സന്തതി പരമ്പരയും എന്നും നിർലോഭം അനുഭവിച്ചുയരാൻ നേടിവച്ച ഒടുങ്ങാത്ത സമ്പത്തത്രേ. ആ അക്ഷയധനത്തിന്റെ നിസ്വരും, നിത്യദരിദ്രരുമായ കോടാനുകോടി അവകാശികളേ വരൂ! .... ഒന്നിച്ച് ഒറ്റക്കെട്ടായി അണി നിരന്നു വരൂ! .... ആ ത്യാഗധനന്റെ ബലികുടീരത്തിൽ തൊട്ട് നമുക്ക് ആദരാഞ്ജലികൾ അർപ്പിക്കാം!!

(1976)

പിന്നോക്കജാതിക്കാരും ഇടതുപക്ഷ പ്രസ്ഥാനവും

ഇ എം എസ് നമ്പൂതിരിപ്പാട്

സ്വന്തം സമുദായമായ അരയരുടെയും അവർ ഉൾക്കൊള്ളുന്ന പിന്നോക്കജാതിക്കാരുടെയും അവശതകൾക്ക് എതിരായ സമരത്തിലെ സേനാനിയായാണ് ഡോ. വേലുക്കുട്ടി അരയൻ തന്റെ പൊതുജീവീതം ആരംഭിച്ചത്.

പക്ഷേ, ആ പ്രവർത്തനത്തിന്റെ അനുഭവത്തിൽനിന്ന് അദ്ദേഹം രണ്ട് പാഠങ്ങൾ പഠിച്ചു. ഒന്നാമത് പിന്നോക്കജാതിക്കാരുടെ അവശതകൾ പരിഹരിക്കണമെങ്കിൽ മുന്നോക്കക്കാർ ഉൾപ്പെടുന്ന ദേശീയ പ്രസ്ഥാനവുമായി അവർ ഇണങ്ങിച്ചേരണം. രണ്ടാമത് ദേശീയ പ്രസ്ഥാനത്തിനകത്ത് പ്രവർത്തിക്കുന്ന ഇടതുപക്ഷക്കാരുമായി പിന്നോക്കജാതിക്കാർ താദാത്മ്യം പ്രാപിക്കണം. അതായത് പൊതു ദേശീയ പ്രസ്ഥാനത്തിന്റെയും ഇടതുപക്ഷ പ്രസ്ഥാനത്തിന്റെയും ഭാഗമായല്ലാതെ പിന്നോക്ക ജാതിക്കാർക്ക് പരിഹരിച്ചു കിട്ടേണ്ട പ്രശ്നങ്ങൾ കൈകാര്യം ചെയ്യാനാവില്ല

പിന്നോക്ക ജാതിക്കാരെ ദേശീയ പ്രസ്ഥാനവുമായി ഇണക്കിക്കൊണ്ടുപോകാൻ മുമ്പോട്ടുവന്ന മറ്റൊരു പൊതുജനനേതാവായിരുന്നു ദേശാഭിമാനി ടി കെ മാധവൻ. അദ്ദേഹത്തോട് സഹകരിച്ചു പ്രവർത്തിക്കാൻ തുടങ്ങിയ ഡോ. അരയൻ ദേശീയ നേതാക്കളുടെ ആഭിമുഖ്യത്തിൽ നടന്ന വൈക്കത്തെയും ഗുരുവായൂരിലെയും ക്ഷേത്ര സത്യാഗ്രഹങ്ങളിൽ പങ്കുകൊണ്ടു. തിരുവിതാംകൂർ സ്റ്റേറ്റ് കോൺഗ്രസ് രൂപപ്പെടുകയും ഉത്തരവാദഭരണത്തിന് വേണ്ടിയുള്ള പ്രക്ഷോഭം ഇരമ്പിക്കയറുകയും ചെയ്തപ്പോൾ അതിൽ ഡോ. അരയൻ സജീവം പങ്കുകൊണ്ടു. ഇത് അദ്ദേഹത്തെ സംഘടിത തൊഴിലാളി പ്രസ്ഥാനത്തിലേക്ക് നയിച്ചു. 1940 ൽ നടന്ന ഐതിഹാസികമായ നാവികത്തൊഴിലാളി സമരത്തിനോടനുബ

ഡിച്ച് അദ്ദേഹം അറസ്റ്റ് ചെയ്യപ്പെട്ടു. പിന്നീട് 1946 ൽ പുന്നപ്ര - വയലാർ സമരം നടന്നപ്പോൾ അതിന്റെ വിജയത്തിനായി പ്രവർത്തിച്ച അദ്ദേഹത്തിന് ഒളിവിൽ കഴിയേണ്ടി വന്നു. ഈ പ്രവർത്തനങ്ങളുടെ പരിണാമമാണ് 1948 ൽ തിരുവിതാംകൂർ അസംബ്ലിയിലേക്ക് തിരഞ്ഞെടുപ്പ് നടന്നപ്പോൾ കരുനാഗപ്പള്ളി ഒന്നാം നിയോജകമണ്ഡലത്തിൽനിന്നും കമ്യൂണിസ്റ്റ് സ്ഥാനാർത്ഥിയായി അദ്ദേഹം മത്സരിച്ച സംഭവം.

ദേശീയ സ്വാതന്ത്ര്യം, ജനാധിപത്യം സാമൂഹ്യവും രാഷ്ട്രീയവുമായ പുരോഗതി എന്നിവയുടെ ഭാഗമായിമാത്രമേ പിന്നോക്കജാതിക്കാർക്ക് അവർ അനുഭവിക്കുന്ന അവശതകളിൽ നിന്ന് രക്ഷപ്പെടാൻ കഴികയുള്ളൂവെന്ന് ഡോ. അരയൻ മനസ്സിലാക്കി. പിന്നോക്കജാതികളിൽപ്പെട്ട ദശലക്ഷക്കണക്കിനുള്ള ബഹുജനങ്ങളും മുന്നോക്കജാതികളിൽപ്പെട്ട ദരിദ്രലക്ഷങ്ങളും ചേർന്ന ഐക്യത്തിലൂടെമാത്രമേ രാജ്യത്തിന്റെ പുരോഗതിയും പിന്നോക്കജാതിക്കാരുടെ മോചനവും സാധിക്കുകയുള്ളൂ എന്ന സത്യം മനസ്സിലാക്കിയ ആദ്യത്തെ കേരള രാഷ്ട്രീയ നേതാക്കളിൽ ഒരാളാണ് ഡോ. വേലുക്കുട്ടി അരയൻ. അദ്ദേഹം തെളിച്ച വഴികളിലൂടെ മുന്നോട്ട് പോയി പിന്നോക്ക ജാതിക്കാരുടെ മോചനവും രാജ്യത്തിന്റെ പുരോഗതിയും നേടിയെടുക്കാൻ ഡോ. അരയന്റെ നേതൃത്വം ഇന്നത്തെ തലമുറയ്ക്ക് ആവേശം നല്കട്ടെ.

(1994 ലെ *ഡോ. വി വി വേലുക്കുട്ടി അരയൻ* സ്മരണികയിൽ നിന്ന്)

ഡോ. വേലുക്കുട്ടി അരയനും വൈക്കം സത്യഗ്രഹവും

തഴവാ കേശവൻ

സുപ്രസിദ്ധമായ വൈക്കം സത്യഗ്രഹം ഭാരതത്തിലെ രാഷ്ട്രീയ സമരത്തിന്റെ ഒരു ഭാഗമായിരുന്നെന്നു തീർത്തുപറയാൻ കഴിയും. വൈക്കം സത്യഗ്രഹത്തിന് പിന്തുണയും നേതൃത്വവും നല്കിയിരുന്നത് കേരളത്തിലെ അന്നത്തെ ഇന്ത്യൻ നാഷണൽ കോൺഗ്രസ് പ്രവർത്തകരായിരുന്നു. സഞ്ചാരസ്വാതന്ത്ര്യം എന്ന പ്രധാന മുദ്രാവാക്യമാണ് അന്നത്തെ സത്യഗ്രഹസമരത്തിൽ മുഴങ്ങിയിരിക്കുന്നത്. അസ്പൃശ്യത മൂലം അവശതയനുഭവിച്ചിരുന്ന അവർണ്ണ വിഭാഗങ്ങൾക്ക് പൊതുനിരത്തിലൂടെ പരസ്യമായി സഞ്ചരിക്കാനുള്ള സ്വാതന്ത്ര്യം വേണമെന്നാണ് അന്നത്തെ സത്യഗ്രഹംമൂലമാവശ്യപ്പെട്ടത്. തിരുവിതാംകൂറിലെ എന്നല്ല കേരളത്തിലെ തന്നെ കോൺഗ്രസ് പ്രവർത്തകർ ഈ സമരത്തിന് നേതൃത്വം വഹിച്ചിരുന്നതുകൊണ്ട് മദ്ധ്യതിരുവിതാംകൂറിലെ ഒരു പ്രമുഖ കോൺഗ്രസ് പ്രവർത്തകനായിരുന്ന ഡോ. വി വി വേലുക്കുട്ടി അരയനും വൈക്കം സത്യഗ്രഹത്തിൽ സജീവമായി പങ്കെടുത്തു പ്രവർത്തിച്ചിരുന്നു. ഒരു കോൺഗ്രസുകാരൻ എന്ന നിലയ്ക്ക് മാത്രമല്ല അവർണ്ണവിഭാഗത്തിൽപ്പെട്ട 'സമസ്ത കേരളീയ അരയ മഹാജനയോഗ'ത്തിന്റെ ജനറൽസെക്രട്ടറി എന്ന നിലയ്ക്കും അധർമ്മത്തോടു പൊരുതുന്ന *അരയൻ* പത്രത്തിന്റെ പത്രാധിപർ എന്ന നിലയ്ക്കും വൈക്കം സത്യഗ്രഹത്തിൽ വേലുക്കുട്ടി അരയനും പങ്കെടുത്തു പ്രവർത്തിക്കേണ്ടി വന്നിട്ടുണ്ട്.

അരയൂർ, ആലപ്പുഴ, അമ്പലപ്പുഴ, പുറക്കാട്, തോട്ടപ്പള്ളി, മുഹമ്മ, പാണാവള്ളി, കാർത്തികപ്പള്ളി, കരുനാഗപ്പള്ളി എന്നിവിടങ്ങളിലെ അരയകേന്ദ്രങ്ങളിൽ ടി കെ മാധവനോടൊപ്പം സഞ്ചരിച്ച് വൈക്കം സത്യഗ്രഹത്തിന്റെ ഉദ്ദേശ്യലക്ഷ്യങ്ങളെ വിശദീകരിച്ച് കൊണ്ടുള്ള പ്രചരണ സമ്മേളനങ്ങൾ *വേലുക്കുട്ടി അരയൻ* കാലേകൂട്ടി നടത്തിപ്പോന്നിരുന്നു.

1099 മീനം 4-ാം തീയതി ഹരിപ്പാട് മാധവൻ വക്കീലിന്റെ വീട്ടിൽവച്ചാണ് ഡോ. വേലുക്കുട്ടി അരയനുമായി എനിക്ക് കൂടുതൽ അടുക്കാനായത്. ടി കെ മാധവൻ, ത്രിവിക്രമൻ തമ്പി, വേലുക്കുട്ടി അരയൻ, കെ പി കയ്യാലയ്ക്കൽ, മാധവൻ വക്കീൽ, മാത്തുണ്ണി മുതലായ കോൺഗ്രസ് പ്രവർത്തകർ വൈക്കം സത്യഗ്രഹത്തിന്റെ നടത്തിപ്പിനെപ്പറ്റി സംസാരിച്ചുകൊണ്ടിരിക്കുമ്പോഴാണ് ഞാൻ അവിടെ കയറിച്ചെന്നത്. വേലുക്കുട്ടി അരയൻ ആസൂത്രണം ചെയ്ത സമരപരിപാടികളുടെ പൂർണ്ണരൂപം വിശദീകരിച്ച് കേട്ടുകഴിഞ്ഞപ്പോൾ അദ്ദേഹത്തോട് എനിക്ക് വളരെ ബഹുമാനം തോന്നി. മീനം 17-ാം തീയതി വരെ നമ്മളും നമ്മുടെ സഹായികളായ കേളപ്പൻനായർ, കേശവമേനോൻ തുടങ്ങിയവരും പൊലീസിന് പിടി കൊടുക്കരുതെന്ന് അദ്ദേഹം പ്രത്യേകം നിർദ്ദേശിച്ചിരുന്നു.

വൈക്കം സത്യഗ്രഹം 17 നു ആരംഭിച്ചു. കേശവമേനോൻ, ടി കെ മാധവൻ എന്നിവരെ 25 ന് അറസ്റ്റ് ചെയ്തു. ഈ വിവരമറിഞ്ഞ് പാണാവള്ളിയിൽനിന്നും അന്നു വൈകിട്ട് വൈക്കത്തെത്തിയ വേലുക്കുട്ടി അരയൻ എ കെ പിള്ള, ജോർജ് ജോസഫ് എന്നിവരൊന്നിച്ച് പൊതുയോഗത്തിൽ പ്രസംഗിക്കുകയും രാത്രിയിൽ അനന്തരകാര്യങ്ങളെപ്പറ്റി ചർച്ച ചെയ്യുകയും ചെയ്തു.

എ എസ് പി പിച്ചു അയ്യരുടെ നിർദ്ദേശപ്രകാരം അരൂർ പൊലീസ് ഇൻസ്പെക്ടർ ശർമ്മയും വൈക്കം പൊലീസ് ഇൻസ്പെക്ടർ വാര്യരും വേലുക്കുട്ടി അരയന്റെ പേരിൽ ചില കേസുകൾ സൃഷ്ടിച്ചു. അയിത്തോച്ചാടന പ്രചരണാർത്ഥം വേലുക്കുട്ടിഅരയൻ വൈക്കത്തുനിന്നും കൊല്ലംജില്ലയുടെ തെക്കൻ ഭാഗങ്ങളിലേക്ക് പോയി. കൊല്ലം ജില്ലയിൽ വേലുക്കുട്ടി അരയൻ പ്രസംഗിക്കുന്നതിനെ കൊല്ലം ഡിസ്ട്രിക്റ്റ് മജിസ്ട്രേറ്റ് കൃഷ്ണപിള്ള നിരോധിച്ചു. എങ്കിലും വേലുക്കുട്ടി അരയന്റെ മൂർച്ചയുള്ള നാവും തൂലികയും ആർക്കും വഴങ്ങിക്കൊടുത്തില്ല. അദ്ദേഹത്തിന്റെ *അരയൻ* പത്രവും സമരത്തിനനുകൂലമായി പൊരുതി.

വൈക്കം സത്യഗ്രഹത്തിൽ വേലുക്കുട്ടി അരയനുണ്ടായിരുന്ന പങ്ക് നിരവധിയാണ്. പേരിനും പ്രശസ്തിക്കും വേണ്ടിയല്ല, മനഃസാക്ഷിയോടെ കർത്തവ്യം നിർവ്വഹിക്കലായിരുന്നു ആ വലിയ മനുഷ്യന്റെ പ്രവർത്തനങ്ങൾ. വൈക്കം സത്യഗ്രഹത്തെ അനുകൂലിച്ചുകൊണ്ട് സവർണ്ണനേതാക്കൾ നടത്തിയ ജാഥയ്ക്ക് കരുനാഗപ്പള്ളിയിൽ വച്ച് 1100 തുലാം 20-ാം തീയതി നല്കിയ സ്വീകരണയോഗത്തിൽ സഞ്ചാരസ്വാതന്ത്ര്യം വേണമെന്ന പ്രമേയത്തെ അനുകൂലിച്ചുകൊണ്ടും സവർണ്ണ നേതാക്കളെ അനുമോദിച്ചുകൊണ്ടും ഡോ. അരയൻ ചെയ്ത പ്രസംഗം അവർണ്ണ-സവർണ്ണ വിഭാഗങ്ങളുടെ കണ്ണുതുറപ്പിക്കാൻ പര്യാപ്തമായിരുന്നു. ആ വർഷം ശബരിമല തീർത്ഥാടനത്തിന് അരയന്മാരെ അയക്കാതിരുന്നതും അദ്ദേഹത്തിന്റെ വ്യക്തിത്വത്തിന്റെ വിളംബരമാണ്.

1100 മേടം 25, 26, 27 തീയതികളിൽ മുതുകുളത്തുവച്ച് കൂടിയ എസ് എൻ ഡി പി യോഗത്തിന്റെ 22-ാം വാർഷികത്തിൽ രണ്ടാംദിവസം നട

ത്തിയ അവർണ്ണ ഹിന്ദു സമ്മേളനത്തിന്റെ സ്വാഗത പ്രാസംഗികൻ വേലുക്കുട്ടി അരയൻ ആയിരുന്നു. ആ സമ്മേളനത്തിൽ വച്ച് രൂപീകരിച്ച 'അവർണ്ണഹിന്ദു മഹാസഭ'യുടെ ജനറൽ സെക്രട്ടറിയായും വേലുക്കുട്ടി അരയനെ തിരഞ്ഞെടുത്തു. വൈക്കം സത്യഗ്രഹത്തിനുശേഷം ക്ഷേത്രപ്രവേശന പ്രക്ഷോഭം നടത്തിയത് ഈ സംഘടനയാണ്. ഡോ. വേലുക്കുട്ടി അരയനും വൈക്കം സത്യഗ്രഹവും ജനതയുടെ മായാത്ത ചിത്രങ്ങളാണ്.

(1969) ഏപ്രിൽ ലക്കം *ഫിഷറീസ് മാഗസിനിൽ* പ്രസിദ്ധീകരിച്ച ലേഖനം)

പത്രാധിപർ : ഒരു സ്മരണ

സ്വാമി ബ്രഹ്മവ്രതൻ

എ ഡി ഒന്നാം നൂറ്റാണ്ടിൽ ജീവിച്ചിരുന്ന ഇറ്റലിയിലെ ഒരു മഹാകവിയുടെ ഒരു പദ്യശകലത്തിന്റെ സമാസുസാരം കുറിക്കട്ടെ! "ഹാ ഞാൻ ജീവിച്ചിരുന്നു. കഷ്ടം, ഞാൻ മരിച്ചതിനുശേഷം എന്നെക്കുറിച്ച് വാനോളം പുക്ഴത്തി പാടുവാൻ കാത്തിരിക്കുന്നു ചിലർ. ആ കഴുകന്മാർക്കുവേണ്ടി മരിക്കുവാൻ എനിക്ക് മനസ്സില്ല."

ഈ ലേഖകൻ, മാർഷ്യൽ എന്ന കവിതയുടെ അർത്ഥസുന്ദരമായ വരികളിലെ ആന്തരപരമാർത്ഥം മനസ്സിലാക്കുന്നു. വ്യക്തമായ വ്യക്തി പ്രഭാവത്തെ അതിന്റെ സജീവ ദശയിൽ വിസ്മരിക്കുകയോ, കാണാതിരിക്കുകയോ ചെയ്യുക!! അതിന്റെ അഭാവത്തിൽ അന്ധമായി വാഴ്ത്തുക. ഇത് നമ്മുടെ നാട്ടിൽ പടർന്നു പിടിച്ച ഒരു മഹാശാപമാണ് അഥവാ ആത്മവഞ്ചനയാണ്. അതുകൊണ്ടാണ്, പരേതനായ ഡോ. വി വി വേലുക്കുട്ടി അരയൻ എന്റെ ഉറ്റ സുഹൃത്തും സഹോദരനുമായിരുന്നിട്ടും അന്നൊരു മഹാസദസ്സിൽ വച്ച് ഞാൻ അദ്ദേഹത്തെ മുഖത്തുനോക്കി നിർലോഭം വാഴ്ത്തിയത്.

'പത്രാധിപർ' ഇന്നീ ലോകത്തിലില്ല. അദ്ദേഹം, സുവിശാലമായ ഒരു ലോകത്ത് പത്രാധിപർ എന്ന അപരനാമത്തിൽ അറിയപ്പെട്ടിരുന്നു. സുദീർഘകാലത്തെ ഞങ്ങളുടെ പരിചയവും, നിരന്തരസമ്പർക്കവും ഞങ്ങളെ ഒന്നാക്കിത്തീർത്തിരുന്നു.

അദ്ദേഹം അക്ഷരാർത്ഥത്തിൽ ഒരു സഹസ്രമുഖനോ ശതമുഖനോ ആയിരുന്നു എന്ന് പറയുന്നത് അതിശയോക്തി ആണെങ്കിൽ കുറഞ്ഞ പക്ഷം ഒരു ദശമുഖനെങ്കിലും ആയിരുന്നു. ആ മുഖങ്ങളിലെല്ലാം തന്നെ അപരാധീരതയുടെ തേജസ്സും അത്ഭുതകരമായ കർമ്മണ്യതയുടെ ഓജസ്സും നിതാന്തകാന്തിയോടെ ഓളം തുളുമ്പിയിരുന്നു. ഒരു വൈദ്യവിശാ

രദൻ, നിക്ഷ്പക്ഷമതിയും, നിശിതധർമ്മവ്രതനുമായ ഒരു പത്രാധിപ്രർ, ഭാവനാ സുന്ദരനായ ഒരു വര കവി, പിന്നിൽ പ്രതിഭയും മുന്നിൽ ശാസ്ത്രവൈദ്യവുമായി ശക്തിയായി നിന്ന ഒരു നിരൂപകൻ, ഔചിത്യ ബോധം അനുഗ്രഹിച്ച ഒരതുല്യവാഗ്മി, അതികായനായ ഒരു സാഹിത്യ കാരൻ, ഒരു സരസസംഭാഷണ ചതുരൻ -എന്നു വേണ്ട, ആരായിരുന്നില്ല ഡോ. വേലുക്കുട്ടി അരയൻ?

വൈദ്യം ആദായകരമായ ഒരു ബിസിനസ് ആയിരുന്നില്ല ഡോക്ടർ അരയന്, പ്രത്യുത സേവനോപാധിയായിരുന്നു. സേവനം, ജീവിതവ്ര തമാക്കിയിരുന്ന സ്മര്യപുരുഷനെ സംബന്ധിച്ചിടത്തോളം അതിനുള്ള ഒരു രംഗം മാത്രമായിരുന്നു അത്. "കർമ്മണ്യേവാധികാരസ്തേ മാഫലേ ഷുകദാചന" ആ ഗീതാസന്ദേശം അദ്ദേഹം അനുഷ്ഠാനാത്മകമാക്കി.

ഡോക്ടർ ആദ്യമായും, അവസാനമായും ഒരു സമുദായോദ്ധാര കനായിരുന്നു എന്നറിയുന്നവർ 60 വർഷം മുൻപുള്ള അരയ സമുദായ ത്തിന്റെ സ്ഥിതി എന്തായിരുന്നു എന്ന് ചിന്തിക്കാറില്ല. ഒരു ഡോക്ടർ കേമനോ, ഒരു റാവുബഹദൂർ, വി വി ഗോവിന്ദനോ, അങ്ങനെ സാമു ദായിക അന്തരീക്ഷത്തിൽ അപൂർവ്വം അത്യുജ്ജ്വല ഗോളങ്ങൾ ഉണ്ടാ യിരുന്നു എന്നുള്ളതും സത്യംതന്നെ. പക്ഷേ, അവയുടെ പ്രകാശരശ്മി കൾ 'താഴ്ത്തമോഭൂമിയിലെ' അരയസമുദായത്തിന്റെ ഉറക്കം ഉണർത്തി യില്ല.

പൊതുവെ വിദ്യാഭ്യാസപരമായും സാംസ്കാരികമായും സാമ്പത്തി കപരമായും വളരെ അധ:സ്ഥിതാവസ്ഥയിൽ നിന്നും, അതിപൂർവ്വികമായ ഒരു മഹാ പാരമ്പര്യത്തിന്റെ ഉടമകൾ ആണീ നിദ്രാലുക്കൾ എന്നു ബോദ്ധ്യപ്പെടുത്തി അവരെ ഉണർത്തി ഉയർത്തുവാൻ ക്ലേശ സഹസ്ര ങ്ങളെ ചവിട്ടിക്കടന്നു വന്നു ഒരു ധീരാത്മാവ്! ആ യുവ സാഹസികന്റെ പേരാണ്, ഡോ. വേലുക്കുട്ടി അരയൻ എന്ന്. ആ ഇരുളടഞ്ഞ നാളുകളിൽ സാമുദായികാഭിമാനത്തിന്റെ തീപ്പന്തം ഏന്തിനിന്ന് ആ സമുദായോദ്ധാ രകർത്താവ്, നായർ സമുദായത്തിന് സി കൃഷ്ണപിള്ളയും മന്നത്തു പത്മനാഭനും, ഈഴവ സമുദായത്തിന് ഡോ. പി പല്പുവും ടി കെ മാധവനും, പുലയ സമുദായത്തിന് അയ്യൻകാളിയും എന്ന പോലെയായി രുന്നു അരയസമുദായത്തിന് ഡോ. വേലുക്കുട്ടി അരയൻ. അദ്ദേഹത്തിന്റെ ദീർഘവീക്ഷണത്തോടുകൂടിയുള്ള സമുദായോത്തേജക ശ്രമങ്ങളിൽ പലതിലും ഭാഗഭാക്കും പലപ്പോഴും ഒരു കർമ്മസാക്ഷിയുമായിരുന്ന ഈ ലേഖകന് പറയാൻ കഴിയും അക്കാലം അദ്ദേഹം ഭ്രാന്തിനു മരുന്നു കൊടുക്കുന്ന ഒരു ഡോക്ടർ ആയിരുന്നു എന്ന്.

ഇതര പ്രബുദ്ധ സമുദായങ്ങളും നേതാക്കൻമാരും ഡോക്ടറെയും ഡോക്ടറുടെ നിസ്വാർത്ഥതയെയും നിതാന്ത ജാഗ്രത്തുമായ സേവന തൃഷ്ണയെയും പ്രശംസിച്ചപ്പോൾ സ്വസമുദായം മുഖം തിരിഞ്ഞ് നിന്ന് കൂക്കി വിളിച്ചു പലപ്പോഴും. പക്ഷേ, ഡോക്ടറിലെ കവി, 'ഗ്രാമവൃക്ഷ ത്തിലെ കുയിലിന്റെ' പാട്ടുപാടാൻ മറന്നുപോയി! മലയാള കൊല്ലം 1097 ൽ

നവീനഭാഗീരഥൻ ഗംഗയാറിനെ ഭൂമിയിൽ ഒഴുക്കി. അതായിരുന്നു 20-ാം നൂറ്റാണ്ടിൽ അരയസമുദായത്തിന് ഇദംപ്രഥമമായുണ്ടായ ഒരു മഹാ സംഭവം. ജോയിന്റ് സ്റ്റോക്ക് കമ്പനി നിയമം അനുസരിച്ച് "സമസ്ത കേരളീയ അരയമഹാജനയോഗം" രജിസ്റ്റർ ചെയ്തതായിരുന്നു ആ സംഭവം. മഹാജനയോഗത്തിന്റെയും സഹപ്രവർത്തകരുടെയും ജീവാത്മപരമാത്മക്കൾ കർമ്മ ശൂരനായ ഡോക്ടർ ആയിരുന്നു. അതിന്റെ അനന്തര ഫലങ്ങളായ സംഭവവികാസങ്ങൾ വിവരിക്കുവാൻ ഇത് സന്ദർഭമല്ല. അതിന്റെ കാര്യത്തിൽപ്പെടുന്നതുമല്ല.

സമുദായോന്നമനത്തിനുള്ള പ്രധാനായുധമായിരുന്നു സ്വന്തം ഉടമസ്ഥതയിലും പത്രാധിപത്യത്തിലും സ്വന്തം പ്രസിൽനിന്നും പ്രസിദ്ധീകരിച്ച *അരയൻ* പത്രം 'സജം തോയേന ജാതേന യാതി വംശസ്സ മുന്നതിം' എന്ന മഹത്തായ മുദ്രാവാക്യത്തെ ആ മുഖപത്രത്തിലൂടെ ഡോക്ടർ ജീവിത പ്രമാണമാക്കി, വലിയ സമ്പന്നനല്ലായിരുന്ന ഒരു സാമൂഹ്യ പരിഷ്കർത്താവിന്റെ ആവേശോജ്ജ്വലമായ ധീരസാഹസികത മാത്രമാണ് പ്രസിന്റെയും പത്രത്തിന്റെയും പിന്നിൽ ജാഗരിച്ചിരുന്നത്– മറ്റൊന്നായിരുന്നില്ല. പത്രധർമ്മം എന്തെന്നറിയാമായിരുന്ന പത്രാധിപർ പത്രത്തിന്റെ പേജുകൾ അരയസമുദായ പ്രശ്നങ്ങൾക്കു മാത്രമായി ഉപയോഗിച്ചിരുന്നില്ല. സർവ്വ സമുദായ മൈത്രിയിൽ സമ്പൂർണ്ണ വിശ്വാ സമർപ്പിച്ചിരുന്ന *അരയൻ* പത്രാധിപർ, അന്നത്തെ സമകാലീക പ്രശ്നങ്ങളിലെല്ലാം നിർഭീതനായി ഭാഗഭാഗിത്വം വഹിച്ചിരുന്നു. ഒരുദാഹരണം മാത്രം ചൂണ്ടിക്കാണിക്കാം.

ഒരു സാമൂഹ്യ വിപ്ലവകാവ്യം എന്ന് വിശേഷിപ്പിക്കാവുന്ന *ദുരവസ്ഥ* എന്ന മഹാകവി കുമാരനാശാന്റെ ഖണ്ഡകാവ്യം ആശാന്റെ ഭാഷയിൽ തന്നെ പറഞ്ഞാൽ "ഒഴുക്കിനെതിരെ നീന്തുന്ന ഒരു വിലക്ഷണ കാവ്യം" പുറത്തുവന്നകാലം! മലബാർ മാപ്പിളലഹളയുടെ പശ്ചാത്തലത്തിൽ രചിക്കപ്പെട്ട ആ സുന്ദര കാവ്യ കലാശില്പത്തിൽ അങ്ങിങ്ങായി മലബാർ മാപ്പിള ലഹളക്കാരെ സ്പർശിക്കുന്ന ചിലവരികൾ ഉള്ളത് കുത്തിപ്പൊക്കി മാപ്പിളമാരെ ആശാനെതിരെ തിരിച്ചു വിടാൻ ചില കുത്സിതമതികൾ പുറപ്പെട്ടു. 1098 ൽ എല്ലാം പത്രങ്ങളിലും എന്ന് പറയാം ആക്ഷേപങ്ങൾ തീപിടിപ്പിച്ചു. എന്തിന് നല്ലൊരു കവിയും സമുദായ നേതാവും കൂടിയായ പ്രസിദ്ധ പദ്യക്കാരൻ സി വി കുഞ്ഞിരാമൻ അദ്ദേഹത്തിന്റെ *കേരളകൗമുദി* പത്രത്തിൽ മുസ്ലീം സമുദായാക്ഷേപകരങ്ങളായ ദുരവസ്ഥയിലെ വരികൾ എടുത്തുകളയണമെന്ന് ശക്തിയുക്തമെഴുതിയെന്നു പറഞ്ഞാൽ......! ഒരു ആശാൻ ഭക്തനായിരുന്ന സത്യവ്രതസ്വാമി ആ കൃതിയിൽ മുസ്സീം സമുദായത്തിന് ആക്ഷേപകരമായി യാതൊന്നും ഇല്ലെന്നു കാണിച്ചുകൊണ്ടുള്ള ചില ലേഖനങ്ങളുമായി അന്നത്തെ പല പത്രമോഫീസുകളിലും കേറിയിറങ്ങി. ഫലമുണ്ടായില്ല. *അരയൻ* എന്ന ഡോക്ടറുടെ പത്രം ധീരമായി അവ പരസ്യം ചെയ്തു. മകരം 4 ന് ബുധനാഴ്ച പുറപ്പെട്ട അരയൻ 4-ാം പുസ്തകം 16-ാം ലക്കത്തിൽ.

ഇങ്ങനെ എത്രയെത്ര സംഭവങ്ങൾ!

ഈ ധീരനായ പടയാളികളിൽ ഉന്നതനായ ഒരു സൽക്കവിയുണ്ടായിരുന്ന വസ്തുത അറിഞ്ഞവർ കേരളത്തിൽ എത്ര പേർ ഉണ്ടായിരിക്കും? ആരും അറിഞ്ഞില്ലെങ്കിലും, അദ്ദേഹം ഭാവനാ സമ്പന്നനായ ഒരുകവിയായിരുന്നു. പക്ഷേ, കവി യശഃപ്രാർത്ഥിയായിരുന്നില്ല. “കാവ്യം യശസ്സേർത്ഥകൃത്തേ” എന്നിങ്ങനെ കാവ്യ കൃത്ഫലങ്ങളെപ്പറ്റി ശാസിച്ച ആചാര്യനെ നല്ലവണ്ണം പഠിച്ചിരുന്നിട്ടും സ്വാത്മചോദിതനായ ആ സാക്ഷാൽ കവി യശസ്സിനും അർത്ഥത്തിനുംവേണ്ടി കളകോമളാംഗികയായ തന്റെ കവിത കാമിനിയെ നൃത്തം ചവിട്ടിച്ചില്ല. എന്നാൽ “സതതോത്ഥായിയും രസജ്ഞനുമായ” കവിയുടെ ഭാവനാസുരഭിലമായ കാവ്യകരത്തെ ഉള്ളൂർ മഹാകവി എത്ര ഹൃദയസ്പൃക്കായിട്ടാണ് വിവരിച്ചിരിക്കുന്നത്! 1120 ൽ മഹാകവി കുമാരാനാശാനോട് ഡോക്ടർക്കുണ്ടായിരുന്ന ബഹുമുഖ ബന്ധത്തിന്റെ സ്മാരകമായി പ്രസിദ്ധീകരിച്ച ഒരു സമാഹാരമാണല്ലോ *പദ്യകുസുമാഞ്ജലി.* ആ ഒരൊറ്റ കൃതി മതി വിനയം തടസ്സമായി നിന്നിരുന്നില്ലെങ്കിൽ തന്റെ സമകാലിക കവികളുടെ മുന്നിൽ ചാടിക്കടന്ന്, അഗ്രിമപീഠസ്ഥനാകുവാൻ. ലേഖനദൈർഘ്യം *പദ്യകുസുമാഞ്ജലി*യിലെയും *ശ്രീചൈത്രബുദ്ധനി*ലെയും പദ്യരത്നങ്ങളുദ്ധരിച്ച് ഈ വിചാരരംഗം പ്രകാശ പൂരിതമാക്കാനുള്ള എന്റെ ഉദ്ദേശ്യത്തെത്തടയുന്നു. അവയുടെ മാത്രമല്ല അദ്ദേഹത്തിന്റെ കൃതികളുടെയെല്ലാം ഒരു സമാഹൃദഗ്രന്ഥം ഇന്നും സത്കൃതികൾക്ക് വേണ്ടി പൈദാഹമനുഭവിക്കുന്ന കൈരളിക്കുവേണ്ടി തീർച്ചയായും ഒരനുഭവമായിരിക്കും ഈ സ്മരണികാഗ്രന്ഥത്തിന്റെ പ്രകാശകന്മാരോട് സ്മര്യപുരുഷന്റെ ഒരനുപമ സുഹൃത്തിനുള്ള അപേക്ഷയാണിത് സമുദായപ്രവർത്തനങ്ങളിൽനിന്നും നിശ്ശേഷം വിമുക്തനായി കവനകലോപാസനയിൽ മാത്രം ദത്തശ്രദ്ധനായിരുന്നു വേലുക്കുട്ടി അരയനെങ്കിൽ ഇന്നു മഹാകവികളെ സൃഷ്ടിച്ചു വിടുന്ന ‘കൈരളി ഫാക്ടറി’യുടെ സഹായമില്ലാതെ തന്നെ കരുത്തനായ മഹാകവിയെ കേരളത്തിനു കിട്ടുമായിരുന്നു എന്ന് ഞാൻ വിചാരിച്ചു പോകുന്നു .

ഡോക്ടർ അരയൻ ഒരു കവിയും അതേ സമയം ഒരു നിരൂപകനുമായിരുന്നു. അതുതന്നെയാകാം അദ്ദേഹത്തിന്റെ കാവ്യകൃതികളിൽ ആന്ദോളനം ചെയ്യുന്ന കവിതകളുടെ മാധുരിയുടെ കാരണവും, തകഴി ശിവശങ്കരപ്പിള്ളയുടെ *ചെമ്മീൻ* എന്ന കെട്ടുകഥയ്ക്ക് ഡോക്ടർ എഴുതിയ ഒരു നിരൂപണമുണ്ടല്ലോ. അതൊന്നുമതി ഡോക്ടറിലെ നിരൂപകന്റെ ഘനഗാംഭീര്യം വ്യക്തമാക്കാൻ. പക്ഷേ, ‘നിഹാരേണ പ്രാവൃത’ എന്ന വേദവാക്യ ശകലം സന്ദർഭം തെറ്റിയാണെങ്കിലും നാം സ്മരിക്കുക.

പാണ്ഡിത്യക്കെടു ഗർവ്വുകൊണ്ട് ഗുദസ്തഭിക കടന്നാക്രമിച്ച ജ്ഞാനലദുർവിദഗ്ദ്ധന്മാർക്കു ഡോക്ടറുടെ ഗാഢമായ പാണ്ഡിത്യത്തെക്കുറിച്ച് ഒരു ചുക്കുമറിഞ്ഞുകൂടാതെ പോയി. അദ്ദേഹം ഒരു ത്രിഭാഷ പണ്ഡിതനായിരുന്നു എന്നറിഞ്ഞവർ എത്രപേരുണ്ട്. മലയാളത്തിലും

ഇംഗ്ലീഷിലും സംസ്കൃതത്തിലും അപാരമെന്നു തന്നെ പറയാവുന്ന പാണ്ഡിത്യം നേടിയിരുന്നു ആ ഗളിതഗർവ്വൻ. തന്റെ ഒരു ശാസ്ത്രീയകൃതിയായ *രസലക്ഷണസമുച്ചയ*ത്തെക്കുറിച്ചുള്ള അദ്ദേഹത്തിന്റെ തന്നെ മധുരമായ വാക്കുകളിതാ: "സാഹിത്യദർപ്പണത്തേയും മറ്റു ചില ഗ്രന്ഥങ്ങളെയും ഉപജീവിച്ചാണ് *രസലക്ഷണ സമുച്ചയം* രചിച്ചത്." (25-01-12)

അദ്ദേഹത്തിന്റെ പരിണത പാണ്ഡിത്യവും ഭാവനകുബേരത്വവും നിസർഗ്ഗ വാസനാവിലാസവും തികഞ്ഞ കൃതികളാണ് ഈ പറഞ്ഞത്. *പദ്യകുസുമാഞ്ജലി* (1120), *ശ്രീചൈത്രബുദ്ധൻ* (1115), *ചെമ്മീൻ നിരൂപണം* (1132), *രസലക്ഷണസമുച്ചയം* (1121), *ലഘുകഥാകൗമുദി* (പാഠ്യപുസ്തകമായി അംഗീകരിച്ചത്) *ഭാഗ്യപരീക്ഷകൾ* (ഗദ്യം), *ദീനയായ ദമയന്തി* (പദ്യം), *മത്സ്യവും മതവും, ക്ലാവുദീയ അഥവാ ദിവ്യ പ്രേമം, ഒരദ്ധ്യക്ഷ പ്രസംഗം, ശർമ്മദ, ഒരു ഇംഗ്ലീഷ് ആഖ്യായികയുടെ സ്വാതന്ത്ര്യവിവർത്തനം.* അപ്രകാശിത ഗ്രന്ഥങ്ങൾ വേറെയും.

ഞാൻ ആമുഖത്തിൽ പറഞ്ഞത് ആവർത്തിക്കട്ടെ. പരേതനായ ഡോ. വി വി വേലുക്കുട്ടി അരയൻ ബഹുമുഖവിലാസം തികഞ്ഞ ഒരപൂർവ്വ സിദ്ധിമാനായിരുന്നു. പക്ഷേ, ഇന്നത്തെ ലോകം 'അന്നന്നു കണ്ടതിനെ വാഴ്ത്തുന്ന' വ്യഗ്രതയിലാണ്. വാൾട്ട് വിറ്റ്മാന്റെ ഒരു കവിതയുടെ അർത്ഥത്തോടെ നിർത്തട്ടെ! ആ അർത്ഥം പത്രാധിപരെ സ്മരിക്കൻ ഉപകരിക്കും.

"ഞാൻ ഭൂതത്തിൽ കാലുറ
പ്പിച്ചു നിന്നുകൊണ്ട്
വർത്തമാനത്തിനുവേണ്ടി പാടുന്നു
വൃദ്ധവൃക്ഷത്തിന്റെ
വേരിൽനിന്നു പുതുവൃക്ഷം
ജനിച്ചു വളരുന്നു."

(1979)

പൊരുതി ജ്വലിച്ച ജീവിതം

ജസ്റ്റിസ് വി ആർ കൃഷ്ണയ്യർ

ബുദ്ധിയുടെ വെളിച്ചംകൊണ്ടും പ്രവൃത്തിയുടെ നാനാത്വംകൊണ്ടും ജനങ്ങളെ ആകർഷിച്ച ധൈഷണിക ജീവിതത്തിനുടമയായ ഡോ. വേലുക്കുട്ടി അരയന്റെ നിശിതമായ യുക്തിബോധവും വീക്ഷണത്തിന്റെ സവിശേഷതയും അദ്ദേഹത്തെ കേരളത്തിൽ ശ്രദ്ധേയനാക്കി. പത്രാധിപർ, സ്വാതന്ത്ര്യസമരസേനാനി, നിരൂപകൻ എന്നീ വിവിധ മേഖലകളിൽ നിറഞ്ഞുനിന്നിരുന്ന പണ്ഡിതനായ ഡോ. വേലുക്കുട്ടി അരയന്റെ സ്മരണയ്ക്കായി കേരളത്തിലെ ജനങ്ങൾ വേണ്ടത്ര താല്പര്യം കാണിച്ചില്ലെന്നുള്ളതാണ് ചരിത്ര സത്യം. പിന്നോക്ക സമുദായക്കാരുടെ അവശതകൾ പരിഹരിക്കാൻ നിർണ്ണായകമായ പങ്ക് വഹിച്ച സമരസേനാനി എന്ന നിലയിൽ സാമൂഹ്യ രംഗങ്ങളിൽ വലിയ സേവനം കാഴ്ചവച്ച് ചരിത്രത്തിൽ സ്ഥാനമുറപ്പിച്ച വ്യക്തിയാണദ്ദേഹം. ഈ നിലയിൽ ബഹുമാന്യനും സർവ്വജനസമ്മതനുമായ വേലുക്കുട്ടി അരയന്റെ ഒരു പൂർണ്ണമായ ചിത്രം എന്നപോലെ ഒരു സ്മരണിക പുറപ്പെടുവിക്കാൻ അദ്ദേഹത്തിന്റെ പേരിലുള്ള ഫൗണ്ടേഷൻ എടുത്ത തീരുമാനം എത്രയും ഔചിത്യപൂർവ്വവും ആദരണീയവും ശ്ലാഘനീയവും ആണെന്നു പറയാതെ തരമില്ല.

അടിമത്തവും തൊട്ടുകൂടായ്മയും ഏറ്റവും അധികം നിലനിന്നിരുന്ന ഒരു കാലഘട്ടത്തിൽ ഒരു പിന്നോക്ക സമുദായത്തിൽ പിറന്ന് ഒരായുഷ്കാലം മുഴുവൻ സമുദായ സേവനത്തിനും പൊതുരാഷ്ട്രീയ പ്രവർത്തനത്തിനും സാഹിത്യതപസ്യയ്ക്കും വേണ്ടി കേരളത്തിൽ നിറഞ്ഞുനിന്ന ആ അമാനുഷികനെപ്പറ്റി സ്മരിക്കുന്നതു തന്നെ ഒരു പുണ്യമായി ഞാൻ കരുതുന്നു. അനാചാരങ്ങളെയും അടിമത്തത്തെയും മറികടന്ന് പുരോഗതിയിലേക്ക് അവർണ്ണ ഹിന്ദുക്കളെ ആകെ കർമ്മോന്മുഖരാക്കിയ സാമൂഹ്യവിപ്ലവകാരികളിൽ മുൻപന്തിയിൽ തന്നെ നിന്ന് വിപ്ലവത്തെ വിജയത്തിലേക്ക് നയിച്ച അദ്ദേഹത്തിന്റെ ജീവിതം

തികച്ചും പാവനമാണ്. സ്വന്തം ജീവിതത്തിൽനിന്നും ഇഴതിരിച്ച് എടുക്കാനാവാത്ത ഒന്നാണ് അദ്ദേഹത്തിന്റെ രാഷ്ട്രീയം, ഒരുപക്ഷേ തന്റെ തന്നെ ജീവവായുവിനേക്കാൾ പ്രധാനപ്പെട്ടത്.

ആശയങ്ങളിൽനിന്നും സംസ്കാരത്തിൽനിന്നുമാണ് വിപ്ലവം പിറക്കുന്നതെന്ന സത്യം മനസ്സിലാക്കിയ ഡോ.വേലുക്കുട്ടി അരയൻ ആ സത്യം ജനങ്ങൾക്ക് തുറന്ന് കാട്ടിക്കൊടുത്തിട്ടുണ്ട്. ഏതു വിപ്ലവം പൊട്ടിപ്പുറപ്പെടണമെങ്കിലും അതിന്റെ ഭൂമിക ഒരുക്കുന്ന വിപ്ലവാശയങ്ങൾ ഉണ്ടാകണമെന്നും ലോകത്തിൽ ഇതഃപര്യന്തമുണ്ടായ എല്ലാ മഹത്തായ വിപ്ലവങ്ങളുടെയും സ്രോതസ്സ് മാർക്സിസം എന്ന ലോകോത്തരമായ ആശയ പ്രപഞ്ചമാണെന്നും അദ്ദേഹം സ്വന്തം പ്രവൃത്തികളിലൂടെ ചൂണ്ടിക്കാട്ടുമായിരുന്നു. താനുദ്ദേശിച്ച സമൂഹത്തിലെ സമത്വവും അടിമത്ത ഉച്ചാടനവും എല്ലാം അദ്ദേഹം നേടിയത് കമ്യൂണിസത്തിന്റെ വഴിയിൽ ക്കൂടിയാണെന്ന കാര്യം സുവിദിതമാണല്ലോ. സാമൂഹിക തിന്മകൾക്കെതിരായി ജനമനഃസാക്ഷിയെ ഉണർത്തുകയും അവയ്ക്കെതിരെ നിരന്തരമായി പൊരുതുകയും ചെയ്യണമെന്നും എന്നാലേ മയോന്മുഖമായ മാറ്റങ്ങൾ ഉണ്ടാകൂ എന്നും അദ്ദേഹം ജനങ്ങളെ പഠിപ്പിച്ചു. അദ്ദേഹത്തിന്റെ നവോത്ഥാന പ്രസ്ഥാനങ്ങൾ അതാണ് ചെയ്തത്. സാമൂഹിക പരിവർത്തനങ്ങൾക്കും സഹായകമായ നിയമങ്ങളെ സാർത്ഥമാക്കാൻ ശക്തമായ ആശയപ്രചരണം അദ്ദേഹം നടത്തിയത് തികച്ചും ഫലവത്തായി. ചുരുങ്ങിയ കാലയളവിനുള്ളിൽ മനുഷ്യ സമൂഹത്തിന്റെ ചിന്താമണ്ഡലത്തെ കീഴടക്കുകയും ലോകഗതിയെ തിരിച്ചു വിടുകയും ചെയ്ത കമ്യൂണിസം പോലെ മറ്റൊരു ആശയത്തെയും പ്രസ്ഥാനത്തെയും വേറെ ചൂണ്ടിക്കാണിക്കാൻ കഴിയില്ലെന്ന് അദ്ദേഹം അനുഭവത്തിലൂടെ തെളിയിച്ചു എന്നു പറയുന്നതായിരിക്കും ശരി. ദേശീയപ്രസ്ഥാനത്തിന്റെയും ഇടതുപക്ഷപ്രസ്ഥാനത്തിന്റെയും ഭാഗമായലേ പിന്നോക്കജാതിക്കാർക്ക് അവരുടെ പ്രശ്നങ്ങൾക്ക് പരിഹാരമുണ്ടാകൂ എന്നദ്ദേഹം വിശ്വസിച്ചിരുന്നു എന്നതിനു സ്വന്തം പ്രവൃത്തികൾ ദൃഷ്ടാന്തം വഹിക്കുന്നു.

ഡോ. വേലുക്കുട്ടി അരയനെ എനിക്ക് വ്യക്തിപരമായി പരിചയമില്ലെങ്കിലും അദ്ദേഹത്തിന്റെ ക്രിയാത്മകത്വത്തെക്കുറിച്ചും നിസ്വാർത്ഥ സേവനത്തെക്കുറിച്ചും ഞാൻ മനസ്സിലാക്കിയിരുന്നു. മാത്രമല്ല പിന്നോക്ക സമുദായത്തിൽപ്പെട്ട വേറെ രണ്ടു മൂന്നു വ്യക്തികൾ എന്റെ കൂടെ അണ്ണാമല യൂണിവേഴ്സിറ്റിയിൽ പഠിക്കുകയും പില്ക്കാലത്ത് വലിയ പദവിയിൽ എത്തുകയും ചെയ്തിട്ടുണ്ട്, അതുകൊണ്ട് ജനിച്ച് വളർന്ന സമുദായം പിന്നോക്ക സമുദായമാണെങ്കിലും ഓരോരുത്തരുടെയും വ്യക്തിത്വമാണ് സ്വന്തം ഉന്നമനത്തിനു കാരണമെന്ന് എനിക്കു മനസ്സിലായിരുന്നു. ചുരുക്കിപ്പറഞ്ഞാൽ സ്വന്തം സമുദായസേവനം, തൊഴിലാളികളെ സംഘടിപ്പിക്കൽ, പൊതുവായ രാഷ്ട്രീയ പ്രവർത്തനം എന്ന പരസ്പര വിരുദ്ധമെന്നു തോന്നാവുന്ന എല്ലാ കാര്യങ്ങളും ഒന്നിച്ചു

കൊണ്ടുപോകാൻ സന്നദ്ധത കാണിക്കുകയും ആ പരിശ്രമത്തിൽ വിജയിക്കുകയും ചെയ്ത ആ മഹദ്വ്യക്തിയുടെ കർമ്മപദ്ധതികളുടെ ഒരു പുനർവിചാരണ നടത്തുന്ന വേളയിൽ സമകാലികരുടെ അഭിപ്രായങ്ങളും അനുഭവക്കുറിപ്പുകളും സമാഹരിച്ച് സൃഷ്ടിക്കുന്ന സ്മരണികയ്ക്കും അതിന്റെ പിന്നിൽ പ്രവർത്തിക്കുന്നവർക്കും ഞാൻ എന്റെ അഭിനന്ദനങ്ങളും ആശംസകളും അർപ്പിക്കുന്നു.

ഡോ. വേലുക്കുട്ടി അരയൻ ഒരു അനുസ്മരണം

ഡോ. ജി രാമചന്ദ്രൻ

സ്വാതന്ത്ര്യസമരത്തിന്റെ മഹത്തായ നേട്ടം ബ്രിട്ടീഷുകാരിൽ നിന്നും കേവലം ഭരണാധികാര കൈമാറ്റം മാത്രമായിരുന്നില്ല. വിശാലമായ ഈ ആർഷഭൂമിയിലെ എണ്ണമറ്റ ഗ്രാമങ്ങളിൽ അധിവസിക്കുന്ന മർദ്ദിതരായ അവശസമുദായങ്ങളിലെ സർവ്വതോമുഖമായ ഉന്നമനവും കൂടിയായിരുന്നുവെന്ന് നാം ഓർക്കണം. രാഷ്ട്രപിതാവായ മഹാത്മാ ഗാന്ധി സ്വാതന്ത്ര്യസമരത്തിന്റെ സാരഥ്യം ഏറ്റെടുത്തപ്പോൾത്തന്നെ, അടിമകളിലുമടിമകളായ ജനകോടികളുടെ അഭ്യുത്ഥാനത്തിനുള്ള പരിപാലന യജ്ഞത്തിനും പ്രതിജ്ഞ എടുത്തു. അവശരും ആർത്തരും ആലംബഹീനരുമായ അവരുടെ സങ്കടങ്ങൾ അറിയാനും, കണ്ണീരൊപ്പാനും ഒരു മഹാനേതാവ് ജനിച്ചു. ഭാരതത്തിലെ അർദ്ധപട്ടിണിക്കാരും അർദ്ധനഗ്നരും നിരക്ഷരരുമായ ഗ്രാമീണരുമായി താദാത്മ്യം പ്രാപിക്കുവാൻ വേണ്ടി ആ ത്യാഗിവര്യൻ മധുരയിൽ വച്ച് അർദ്ധനഗ്നത സ്വയം വരിച്ചു. അവരെപ്പോലെ മൺചുവർ കുടിലുകളിൽ വാണവരുടെ ഉയർച്ചയ്ക്കു വേണ്ടി പിച്ചയെടുത്തു. സ്വാതന്ത്ര്യത്തിന്റെ ഫലം നമ്മുടെ ഗ്രാമങ്ങളിൽ എത്തുന്നതുവരെ അത് യഥാർത്ഥത്തിലുള്ള സ്വാതന്ത്ര്യം ആകില്ലെന്ന് അദ്ദേഹം ഉച്ചൈസ്തരം ഉൽഘോഷിച്ചു. തൊട്ടുകൂടായ്മ, തീണ്ടിക്കൂടായ്മ, കണ്ടാൽ അയിത്തം! അഹോ! ജാതിപിശാചിന്റെയും, അയിത്തരാക്ഷസന്റെയും കലിതുള്ളൽ! അതെല്ലാം ഇവിടെ പഴങ്കഥകളായി തീർന്നിരിക്കുന്നുവെങ്കിൽ അതിന് നാം മഹാത്മാഗാന്ധിയുടെയും അദ്ദേഹത്തോടൊപ്പം തോളോടുതോൾ ചേർന്നു നിന്ന് പ്രവർത്തിച്ചുപോന്ന അസംഖ്യരായ നിർമ്മാണപ്രവർത്തകരുടെയും മുമ്പിൽ കൃതജ്ഞതാപൂർവ്വം കൂപ്പുകൈയോടെ നിന്നേ മതിയാകൂ. ജാതിയുടെയും അയിത്തത്തിന്റെയും ഈ കൊച്ചുകേരളത്തിൽ നടന്ന അന്യായങ്ങൾക്കും

അക്രമങ്ങൾക്കും കണക്കില്ല. മഹാത്മാഗാന്ധി ആഹ്വാനംചെയ്ത അയിത്തോച്ചാടനത്തിനും, ഹരിജനോദ്ധാരണത്തിനും അരയും തലയും മുറക്കി രംഗത്തിറങ്ങിയ മഹാന്മാർ അനവധിയത്രെ. അവരിൽ അപ്രധാനമല്ലാത്ത ഒരാളെയാണ് നാമിപ്പോൾ സ്മരിക്കുന്നത്. അരയസമുദായത്തിന്റെ മാത്രമല്ല എല്ലാ അധഃകൃതവർഗ്ഗത്തിന്റെയും ആശാകേന്ദ്രമായിരുന്നു ഡോ. വേലുക്കുട്ടി അരയൻ. അദ്ദേഹത്തിന്റെ സ്മരണതന്നെ നമ്മളിൽ രോമാഞ്ചം ജനിപ്പിക്കും. ധീരനായ പത്രപ്രവർത്തകൻ, വിട്ടുവീഴ്ചയില്ലാത്ത സമുദായപരിഷ്കർത്താവ്, ആത്മാർത്ഥതയുള്ള രാഷ്ട്രീയപ്രവർത്തകൻ, ഉത്തമനായ എഴുത്തുകാരൻ എന്നീ നിലയ്ക്കെല്ലാം അദ്ദേഹം എന്നുമെന്നും അനുസ്മരണീയനാണ്.

1894 മാർച്ച് 11 ന് കരുനാഗപ്പള്ളി താലൂക്കിലെ ചെറിയഴീക്കൽ പ്രദേശത്ത് ഒരു സമ്പന്ന കുടുംബത്തിൽ ഭൂജാതനായ കഥാനായകൻ പത്രപ്രവർത്തനരംഗത്തിലൂടെയാണ് പൊതു ജീവിതത്തിൽ പ്രവേശിച്ചത്. 1917 ലാണ് *അരയൻ* എന്ന മാസികയുടെ പ്രഥമ ലക്കം പ്രത്യക്ഷപ്പെടുന്നത് വേലുക്കുട്ടി അരയനായിരുന്നു അതിന്റെ പത്രാധിപരും ഉടമസ്ഥനും. അരയസമുദായത്തിന്റെ വിദ്യാഭ്യാസപരവും, സാമൂഹികവും സാമ്പത്തികവും സാംസ്കാരികവുമായ ഉയർച്ചയായിരുന്നു അദ്ദേഹത്തിന്റെ ലക്ഷ്യം. ക്രമേണ ഒരു വാരികയായി തീർന്ന *അരയൻ* കേരളത്തിലെ മറ്റെല്ലാ അവശ സമുദായങ്ങളുടേയും ജിഹ്വയായിത്തീർന്നെന്നുള്ളതിൽ അത്ഭുതമില്ലല്ലോ. അജ്ഞതാന്ധകാരത്തിലും ദാരിദ്ര്യത്തിലും അടഞ്ഞുകൂടിക്കിടന്ന അധഃകൃതരെ ഉണർത്താനും അവരുടെ അവകാശങ്ങൾക്കു വേണ്ടി പോരാടാനും ആയിട്ടാണ് ആ തൂലിക ചലിപ്പിച്ചത്. ഇന്നത്തെ യുവതലമുറയ്ക്ക് അദ്ദേഹത്തിന്റെ പ്രവർത്തനങ്ങൾ ഒരു ചരിത്രം മാത്രമാണ്. പക്ഷേ, ഒരു കാലത്ത് കേരളത്തിൽ അത് കൊടുങ്കാറ്റിളക്കി വിട്ടിട്ടുണ്ട് എന്ന് നാം അറിയണം

പത്രം വഴി മാത്രം സമുദായപരിഷ്കരണം സാദ്ധ്യമല്ലെന്ന് അദ്ദേഹം കണ്ടറിഞ്ഞു. ജനതയ്ക്ക് ഒരു സംഘടനയിൽ കൂടിമാത്രമേ അവകാശങ്ങൾ പിടിച്ചു വാങ്ങാൻപറ്റൂ എന്നു മനസ്സിലാക്കിയ സ്മര്യപുരുഷൻ സമസ്തകേരളീയ അരയമഹാസഭ രൂപീകരിക്കുകയും അതിന്റെ ജനറൽ സെക്രട്ടറി സ്ഥാനം വഹിച്ചു പോരാടുകയും ചെയ്തു.

സമുദായ പ്രവർത്തനത്തോടൊപ്പം തന്നെ അദ്ദേഹം രാഷ്ട്രീയ രംഗത്തും കാൽവച്ചു. ഏതാനും പത്രാധിപന്മാരുടെ ആഭിമുഖ്യത്തിൽ 1920 ൽ നടന്ന ആദ്യത്തെ തിരുവിതാംകൂർ രാഷ്ട്രീയസമ്മേളനത്തിന്റെ ഭാരവാഹികളിൽ പ്രഥമഗണനീയനായിരുന്നു വേലുക്കുട്ടി അരയൻ. തിരുവിതാംകൂറിലെ രാഷ്ട്രീയ പ്രവർത്തനങ്ങൾ ആരംഭിക്കുന്നത് ഇവിടെ നിന്നാണല്ലോ. തുടർന്ന് ശ്രീനാരായണധർമ്മ പരിപാലനയോഗക്കാർ സംഘടിപ്പിച്ച അവർണ്ണ ഹിന്ദുമഹാസഭയുടെ പൊതുകാര്യദർശി സ്ഥാനവും അദ്ദേഹത്തിൽ വന്നുചേർന്നു. അഖില തിരുവിതാംകൂർ നാവിക തൊഴിലാളി സംഘടനയ്ക്കു രൂപം കൊടുത്തു അദ്ദേഹം. തൊഴിലാളി

രംഗത്തും പ്രവർത്തനം ആരംഭിച്ചു.

ആർഷപാരമ്പര്യത്തിൽ അടിയുറച്ചു വളർന്ന വേലുക്കുട്ടി അരയനെ മാർക്സിസം വരെയുള്ള അത്യന്താധുനിക ചിന്താഗതികളെല്ലാം തന്നെ സ്വാധീനിച്ചു. ഋഗ്വേദം മുതൽ കമ്യൂണിസം വരെ അദ്ദേഹത്തിന് സ്വാധീന മാണെന്ന് പ്രസിദ്ധമാണല്ലോ. മഹാത്മാഗാന്ധിയുടെ അനുയായിയായി ഒരു ഉറച്ച കോൺഗ്രസ് നിർമ്മാണപ്രവർത്തകനായി രാഷ്ട്രീയ ജീവിതം ആരംഭിച്ച കഥാപുരുഷൻ അനന്തരകാലഘട്ടങ്ങളിൽ കമ്യൂണിസ്റ്റുകാര നായി കാണപ്പെടാനുള്ള കാരണങ്ങളെല്ലാം മുൻപ് പറഞ്ഞത് തന്നെയാ യിരിക്കും. ചരിത്രപ്രസിദ്ധമായ വൈക്കം സത്യഗ്രഹകാലത്ത് ടി കെ മാധവനോടൊപ്പം സമരംചെയ്ത് എണ്ണമറ്റ ത്യാഗങ്ങൾ അനുഭവിച്ച വേലു ക്കുട്ടി അരയൻ തന്നെയാണ് പുന്നപ്ര വയലാർ സമരകാലത്ത് ഒളിവിൽ പോയി തൊഴിലാളികളെ സംഘടിപ്പിച്ചിരുന്നതും. അന്നും അദ്ദേഹം അനു ഭവിച്ച ത്യാഗങ്ങൾക്ക് കണക്കില്ല. ഏത് പാർട്ടിയിൽ നിന്ന് പ്രവർത്തിച്ചാ ലും ജനങ്ങളുടെ നന്മ തന്നെയായിരുന്നു അദ്ദേഹത്തിന്റെ ലക്ഷ്യം. അക്കാ രണത്താൽ തന്നെ ജനങ്ങൾ അദ്ദേഹത്തെ സ്നേഹിക്കുകയും ചെയ്തു.

കഥാനായകൻ രാഷ്ട്രീയ പ്രവർത്തനങ്ങൾ നടത്തുന്നുണ്ടായിട്ടും പത്രപ്രവർത്തനരംഗത്തു നിന്നും ഒഴിഞ്ഞു നിന്നിരുന്നില്ല. *കേരളകൗമുദി, ദേശാഭിമാനി* മുതലായ പത്രങ്ങളുമായും സഹബന്ധം പുലർത്തിപ്പോന്നു. *ധർമ്മപോഷിണി, അരയൻ* തുടങ്ങിയ വാരികകളുടെയും *കലാകേരളം, സമാധാനം* തുടങ്ങിയ മാസികകളുടെയും പത്രാധിപർ അദ്ദേഹം തന്നെ യായിരുന്നു. പത്രപ്രവർത്തനം അദ്ദേഹത്തിന്റെ രക്തത്തിൽ അലിഞ്ഞു ചേർന്ന വസ്തുതയായിരുന്നു. ഡോക്ടർ വേലുക്കുട്ടി അരയൻ ചിന്താ ശീലനും വാസനാസമ്പന്നനുമായിരുന്ന ഒരു സാഹിത്യകാരൻ കൂടിയാ യിരുന്നു എന്നറിയുമ്പോഴാണ് അദ്ദേഹത്തിന്റെ വ്യക്തിത്വത്തിന്റെ വ്യത്യ സ്ത മുഖങ്ങൾ കണ്ട് നാം അത്ഭുതപ്പെട്ടു പോകുന്നത്. 13-ാം വയസ്സിൽ രചിച്ച *കിരാതാർജ്ജുനീയ*ത്തോടെയാണ് അദ്ദേഹം സാഹിത്യവേദിയിൽ പ്രവേശിക്കുന്നത്. തകഴിയുടെ *ചെമ്മീൻ* നോവലിന്റെ നിരൂപണം വരെ ആ ധിഷണാശാലി എഴുതിയിട്ടുണ്ട്. വാസനയും അഭ്യാസവും ഉത്സാ ഹവും ചേർന്നാൽ ഒരു ഉത്തമസാഹിത്യകാരനാവാമെന്നതിന്റെ മകുടോ ദാഹരണങ്ങളാണ് അദ്ദേഹത്തിന്റെ കൃതികൾ.

ആരുടെ മുമ്പിലും തലകുനിക്കാത്ത പ്രകൃതക്കാരനായിരുന്നു സ്മര്യപുരുഷൻ. പ്രലോഭനങ്ങളുടെ വലയിൽ അദ്ദേഹം ഒരിക്കലും വീണി രുന്നില്ല. ഭീഷണികളെയും മർദ്ദനങ്ങളെയും അദ്ദേഹം ഭയപ്പെട്ടിരുന്നില്ല. അദ്ദേഹം താൻ തെരഞ്ഞെടുത്ത കർമ്മപന്ഥാവിൽ അടിയുറച്ച് നിന്ന് തനിക്ക് ശരിയെന്ന് തോന്നുന്നത് ആത്മാർത്ഥതയോടെ പ്രവർത്തിച്ച് വിജയിക്കുകയും ചെയ്തു.

ആദർശധീരനും, പ്രവർത്തനനിരതനും ത്യാഗസമ്പന്നനുമായിരുന്ന വേലുക്കുട്ടി അരയന്റെ സ്മരണയ്ക്കു മുമ്പിൽ നമോവാകം!

ജയ്ഹിന്ദ്!

(1976)

അനന്യസാധാരണനായ നവോത്ഥാന പ്രതിഭ

പി ഗോവിന്ദപ്പിള്ള

പത്തൊമ്പതാം നൂറ്റാണ്ടിന്റെ ആദ്യപകുതിയിൽ തെക്കൻ തിരുവിതാംകൂറിൽ അയ്യാ വൈകുണ്ഠരുടെയും (1809 - 1851) മദ്ധ്യതിരുവിതാംകൂറിൽ ആറാട്ടുപുഴ വേലായുധപ്പണിക്കരുടെയും (1825-1874) സാമൂഹ്യ കലാപ ശ്രമങ്ങളിലൂടെ ആരംഭിച്ച് 19-ാം നൂറ്റാണ്ടിന്റെ ഉത്തരാർദ്ധത്തിൽ ശ്രീനാരായണഗുരുദേവന്റെ (1856-1928) നേതൃത്വത്തിൽ കേരളമാകെ പടർന്ന് പന്തലിച്ച മഹാപ്രസ്ഥാനമാണ് കേരള നവോത്ഥാനം. ശ്രീനാരായണന്റെ പ്രഭാവലയത്തിൽ പ്രകാശിച്ച് സാമൂഹ്യപരിഷ്കരണത്തിലും വിചാരവിപ്ലവത്തിലും സ്വാതന്ത്ര്യ സമരത്തിലും സാഹിത്യാദി കലകളിലും അവസാനമായി തൊഴിലാളി വർഗ്ഗ സോഷ്യലിസ്റ്റ് പ്രസ്ഥാനങ്ങളിലും വ്യക്തിമുദ്ര പതിപ്പിച്ച അതികായരായ ജ്ഞാനയോഗികളുടെയും കർമ്മയോഗികളുടെയും ദൗത്യമാണ് ഈ മഹാപ്രസ്ഥാനത്തിന് സഹസ്രാബ്ദങ്ങൾ നീണ്ട കേരളചരിത്രത്തിൽ, വഴിത്തിരിവ് കുറിച്ചത്. മതാധിഷ്ഠാനത്തിൽ പറഞ്ഞാൽ ഹൈന്ദവമത പരിഷ്കാരങ്ങളിലും അവർണ്ണരുടെ അവകാശ സമരങ്ങളിലും മാത്രമായി നവോത്ഥാന ചരിത്രം പരിമിതപ്പെടുന്നില്ല. ക്രൈസ്തവ മുസ്ലീം വിഭാഗങ്ങളിലും അവയുടെ അവാന്തര വിഭാഗങ്ങളിലും നവോത്ഥാനം പല പരിവർത്തനങ്ങൾക്കും വഴി വച്ചു.

ഇങ്ങനെയുള്ള പ്രസ്ഥാനത്തിന്റെ നേതാക്കളെക്കുറിച്ച് മഹാനായ ഫ്രെഡറിക് എംഗൽസ് *പ്രകൃതിയുടെ വൈരുദ്ധ്യാത്മകത* (1873 -1883) എന്ന കൃതിയിൽ ഇപ്രകാരം പ്രസ്താവിക്കുന്നു.

> മാനവരാശി ഇതുവരെ കണ്ടിട്ടുള്ളതിൽ വച്ച് ഏറ്റവും മഹത്തായ പുരോഗമന വിപ്ലവമായിരുന്നു അത്. അതികായന്മാരെ - ചിന്താ

ശക്തിയിലും വികാരപരതയിലും സ്വഭാവബലത്തിലും സാർവ്വത്രികതയിലും പാണ്ഡിത്യത്തിലും അതികായന്മാരായിട്ടുള്ളവരെ - ആവശ്യമായി വരികയും സൃഷ്ടിക്കുകയും ചെയ്ത ഒരു കാലമായിരുന്നു അത്. ബൂർഷ്വാസിയുടെ ആധുനിക വാഴ്ചയ്ക്ക് അടിത്തറയിട്ടവരെ ബൂർഷ്വാ പരിമിതികൾ തൊട്ടുതീണ്ടിയിരുന്നില്ല. നേരെ മറിച്ച് ആ കാലത്തിന്റെ സാഹസികസ്വഭാവം അവരെ വിവിധ തോതുകളിൽ ആവേശം കൊള്ളിക്കുകയാണ് ചെയ്തത്. വിപുലമായി സഞ്ചരിക്കുകയും നാലഞ്ചു ഭാഷകൾ സംസാരിക്കുകയും പല രംഗങ്ങളിലും ശോഭിക്കുകയും ചെയ്യാത്തവരായിട്ടാരും തന്നെ അന്നു ജീവിച്ചിരുന്ന പ്രമുഖരുടെ കൂട്ടത്തിൽ ഉണ്ടായിരുന്നില്ലെന്നു പറയാം.

എംഗൽസ് യൂറോപ്യൻ നവോത്ഥാനത്തെ മുൻനിർത്തി പറഞ്ഞ ഈ സവിശേഷതകൾ നമ്മുടെ നവോത്ഥാന നായകരെ സംബന്ധിച്ചും ഏറിയും കുറഞ്ഞും ശരിയാണ്. അങ്ങനെയുള്ള മഹാമനീഷികളുടെയും കർമ്മയോഗികളുടെയും വിപ്ലവകാരികളുടെയും നിരയിൽ ഒട്ടും അപ്രധാനിയല്ലെന്ന് മാത്രമല്ല. പലകാര്യങ്ങളിലും അനന്യസാധാരണനുമായിരുന്നു ബഹുമുഖ പ്രതിഭാശാലിയായിരുന്ന ഡോ. വേലുക്കുട്ടി അരയൻ (1894 - 1969). ആധുനിക കേരള ചരിത്രത്തിൽ വിവിധ പരിവർത്തന ധാരികളെല്ലാം സ്വായത്തമാക്കുകയും, ശാസ്ത്രം- സാഹിത്യം - സംഘടന - രാഷ്ട്രീയം - പത്രപ്രവർത്തനം - കല എന്നിവയിലെല്ലാം ഒരേപോലെ നിഷ്ണാതനായി ശോഭിക്കുകയും അറസ്റ്റും തടവും നിരോധനവും ഉൾപ്പെടെ എല്ലാവിധ ത്യാഗങ്ങളും വരിക്കുകയും ചെയ്ത മറ്റൊരാളെ അദ്ദേഹത്തോടൊപ്പം താരതമ്യത്തിന് ലഭിക്കുമോ എന്ന് സംശയമാണ്. 1908 ൽ പതിനാലാമത്തെ വയസ്സിൽ തന്റെ ജന്മഗൃഹമായ കരുനാഗപ്പള്ളിയിലെ ചെറിയഴീക്കൽ *വിജ്ഞാനസന്ദായിനി* എന്ന ഗ്രന്ഥശാലയുടെ സ്ഥാപനത്തോടുകൂടി ആരംഭിച്ച കർമ്മനിരതമായ ആ ജീവിതം 1969-ൽ 75- ാംമത്തെ വയസ്സിൽ അന്ത്യം കുറിക്കുന്നതുവരെയുള്ള സംഭവബഹുലമായ ചരിത്രം ഒരു ലേഖനത്തിന്റെ പരിധിയിൽ ഒതുങ്ങുന്നതല്ല.

പല ലേഖനങ്ങളും പ്രബന്ധങ്ങളും ചില സ്മരണികകളും ആരാധകരും അനുയായികളും ചേർന്ന് പ്രസിദ്ധീകരിച്ചിട്ടുണ്ടെങ്കിലും ആ സംഭവബഹുലവും ത്യാഗോജ്ജ്വലവുമായ ജീവിതത്തോട് നീതി പുലർത്തുന്ന സമഗ്രമായ ഒരു ജീവചരിത്രം ഇനിയും ഉണ്ടായിട്ടില്ല എന്നത് മലയാള ജീവചരിത്ര സാഹിത്യത്തിലെ വലിയ ഒരു വിടവാണ് (ഡോ.വള്ളിക്കാവ് മോഹൻദാസിന്റെ *അരയൻ* എന്ന ജീവചരിത്ര കൃതി ഈ ലേഖനത്തിനുശേഷം പ്രകാശിതമായി).

വിദ്യാഭ്യാസവും തൊഴിലും

1888 ലെ അരുവിപ്പുറം പ്രതിഷ്ഠയോടുകൂടി ശ്രീനാരായണഗുരു

തന്റെ നവോത്ഥാന ദൗത്യം ആരംഭിച്ച് ആറുവർഷം പിന്നിട്ടപ്പോൾ കരുനാഗപ്പള്ളിയിൽ പണ്ഡിതനും ഭിഷഗ്വരനും ആയിരുന്ന ആലപ്പാട് വേലായുധൻ വൈദ്യരുടെയും വെളുത്ത കുഞ്ഞമ്മയുടെയും രണ്ടുമക്കളിൽ ഒരാളായി 1894 മാർച്ച് 11 ന് വേലുക്കുട്ടി അരയൻ ജനിച്ചു. കുട്ടിക്കാലത്ത് തന്നെ അമ്മ മരിച്ചുപോയതിനാൽ വേലുക്കുട്ടി അമ്മാവനായ അയ്യൻ അരയന്റെയും അമ്മായി കാളിയമ്മയുടെയും സംരക്ഷണത്തിലാണ് വളർന്നത്. അക്കാലത്തെ സമ്പ്രദായമനുസരിച്ച് ആശാന്മാരും കളരിക്കാരും നടത്തിവന്ന കുടുംബവിദ്യാലയങ്ങളിലാണ് വേലുക്കുട്ടി പഠനം തുടങ്ങിയത്. ഓച്ചിറയ്ക്കടുത്ത് പ്രയാറിലുള്ള ഒരു നമ്പൂതിരി കുടുംബത്തിലാണ് വിദ്യാഭ്യാസം ആരംഭിച്ചത്. മലയാളവും സംസ്കൃതവും അല്പം ഇംഗ്ലീഷും ആയുർവ്വേദവും ജ്യോതിഷവും എല്ലാം അക്കാലത്തെ പഠനപദ്ധതികളിൽ ഉൾപ്പെട്ടിരുന്നു. ആയുർവ്വേദത്തിലും സംസ്കൃതത്തിലും അവയിൽ വിദഗ്ദ്ധരായവരിൽനിന്നും മെച്ചപ്പെട്ട പരിശീലനം പതിനെട്ട് വയസ്സിന് മുമ്പുതന്നെ നേടിയ വേലുക്കുട്ടി മദിരാശിയിൽ നിന്ന് അലോപ്പതിയിലും കൊൽക്കത്തയിൽനിന്ന് ഹോമിയോപ്പതിയിലും മെച്ചപ്പെട്ട നിലയിൽ ബിരുദം നേടി നാട്ടിൽ തിരിച്ചെത്തി. ഇതിനിടെ ചെന്നൈയിൽ വച്ച് നിയമവിദ്യാഭ്യാസവും മത്സ്യബന്ധനം സംബന്ധിച്ച ശാസ്ത്രീയ പരിശീലനവും നേടിയതായിട്ടാണ് കാണുന്നത്. ഇവയ്ക്കെല്ലാം പുറമെ വ്യാപകമായ വായനയിലൂടെ ഇംഗ്ലീഷ് സാഹിത്യത്തിലും മലയാള - സംസ്കൃത സാഹിത്യങ്ങളിലും നേടിയ അവഗാഹം പില്ക്കാലത്ത് വിവിധ വിഷയസ്പർശിയായ അദ്ദേഹത്തിന്റെ സാഹിത്യ രചനകളിലും പത്രപ്രവർത്തനങ്ങളിലും പ്രഭാഷണ ചാതുരിയിലും പ്രകടമായി.

ചെന്നൈയിൽനിന്നും കൊൽക്കത്തയിൽനിന്നും വിദ്യാഭ്യാസം പൂർത്തിയാക്കി നാട്ടിലെത്തി മൂന്ന് പദ്ധതികൾ അനുസരിച്ചുള്ള ചികിത്സകൾ നടത്തി തൊഴിൽ ജീവിതം ആരംഭിച്ചുവെങ്കിലും കൗമാരം തൊട്ടേ അദ്ദേഹത്തെ ആവേശം കൊള്ളിച്ചിരുന്ന സാമൂഹ്യ സേവനമേഖലകൾ അവഗണിക്കാൻ കഴിഞ്ഞിരുന്നില്ല. ഈ വക താല്പര്യങ്ങളുടെയും പ്രവർത്തനങ്ങളുടെയും ഫലമായി അക്കാലത്തെ പല മുതിർന്ന സാമൂഹ്യപ്രവർത്തകരുടെയും രാഷ്ട്രീയ നേതാക്കളുടെയും പരിചയം സമ്പാദിക്കാനും ആ യുവാവിന് കഴിഞ്ഞു. അത്തരം പരിചയങ്ങളിൽ പരവൂർ കേശവനാശാൻ, മയ്യനാട്ട് പാട്ടത്തിൽ വീട്ടിലെ സി വി കുഞ്ഞിരാമൻ, കെ സി കേശവപിള്ള, തോപ്പിൽ വീട്ടിലെ സി കേശവൻ, സി കൃഷ്ണൻ വൈദ്യൻ തുടങ്ങിയവരുമായുള്ള അടുത്ത ബന്ധം വേലുക്കുട്ടി അരയന്റെ രാഷ്ട്രീയവും സാമൂഹ്യവുമായ വളർച്ചയ്ക്ക് സഹായകരമായി. ശ്രീനാരായണഗുരു, മഹാകവി കുമാരനാശാൻ, ദേശാഭിമാനി ടി കെ മാധവൻ മലയാള മനോരമ പത്രാധിപർ മാമ്മൻ മാപ്പിള, മന്നത്തുപത്മനാഭപിള്ള അയ്യൻകാളി, ചങ്ങനാശ്ശേരി പരമേശ്വരൻപിള്ള, സി എസ് സുബ്രഹ്മണ്യൻ പോറ്റി തുടങ്ങി അന്നത്തെ പൊതുജീവിതത്തിൽ നിറഞ്ഞു

നിന്നവരുമായി ചെറുപ്പം തൊട്ടേ വേലുക്കുട്ടി അരയൻ ബന്ധപ്പെട്ടിരുന്നു. ലോകത്തിൽ എന്നപോലെ കേരളമുൾപ്പെടെ ഇന്ത്യയുടെ സാമൂഹ്യ രാഷ്ട്രീയചരിത്രത്തിൽ പല പുതിയ ചലനങ്ങൾക്കും വഴിവച്ച ഒന്നാം ലോക മഹായുദ്ധകാലത്ത് (1914-1918) വേലുക്കുട്ടി അരയൻ പ്രായപൂർത്തിയിലേക്ക് പ്രവേശിക്കുകയായിരുന്നു. കൗമാരകാലത്തു തന്നെ സാമൂഹ്യസേവനതൃഷ്ണയും പരിവർത്തനൗത്സുക്യവും നവീനചിന്താരീതികളും ആവേശിക്കാൻ ആരംഭിച്ചിരുന്ന വേലുക്കുട്ടി അരയന്റെ വിശ്വാസങ്ങളിൽ, ഭാവി പരിപാടികളെപ്പറ്റിയുള്ള സങ്കല്പങ്ങളിൽ രണ്ടാം ലോകമഹായുദ്ധം സൃഷ്ടിച്ച ചലനങ്ങൾ അലകൾ ഉയർത്തി

പുതിയ ഇന്ത്യ പുതിയ കേരളം

അഖിലേന്ത്യാതലത്തിൽ റൗലറ്റ് ആക്ടും ജാലിയൻ വാലാബാഗും (1919) മഹാത്മാഗാന്ധിയുടെ സ്വാതന്ത്ര്യസമര രംഗപ്രവേശവും കേരളത്തിൽ പ്രത്യേകിച്ച് തിരുവിതാംകൂറിൽ അന്ന് വലിയ ചലനങ്ങളൊന്നും സൃഷ്ടിച്ചില്ലെങ്കിലും ചെന്നൈയിലും കൊൽക്കത്തയിലും പഠിച്ചിരുന്ന വേലുക്കുട്ടി അരയന് അവയുടെ പ്രത്യാഘാതങ്ങൾ ശരാശരി തിരുവിതാംകൂർക്കാരനേക്കാൾ അനുഭവബോദ്ധ്യമായിരുന്നു. 1917ലെ റഷ്യയിലെ ഒക്ടോബർ സോഷ്യലിസ്റ്റ് വിപ്ലവത്തിന്റെ അലയൊലികളും ദേശീയ സമരദ്ധ്വനികളും സഹോദരൻ അയ്യപ്പൻ തുടങ്ങിയവരുടെ യുക്തിവാദസരണികളും സർവ്വോപരി ശ്രീനാരായണ പ്രസ്ഥാനത്തിന്റെ വേലിയേറ്റവും എല്ലാം ചേർന്നപ്പോൾ ഭാവിയിലെ സമഗ്രവിപ്ലവകാരി വേലുക്കുട്ടി അരയനിൽ രൂപം കൊള്ളുകയായിരുന്നു.

അധഃസ്ഥിതരുടെയും അവർണ്ണരുടെയും അവശതാ പരിഹാരത്തിനായി പടവെട്ടിയ പല സമകാലികരും ദേശീയ സ്വാതന്ത്ര്യ സമരമെന്ന രാഷ്ട്രീയ കർമ്മസരണിയിൽനിന്ന് പല കാരണങ്ങളാലും അകന്നു നിന്നിരുന്ന ഒരു ഘട്ടമായിരുന്നു അത്. സ്വാതന്ത്ര്യസമരത്തിന് നേതൃത്വം നല്കിയ കോൺഗ്രസിന്റെ നേതൃത്വത്തിൽ സവർണ്ണർക്ക് ഉണ്ടായിരുന്ന മേൽക്കോയ്മയും അധഃസ്ഥിത വിഭാഗങ്ങളോട് അവരിൽ പലരും പ്രകടിപ്പിച്ചുപോന്ന അലംഭാവവും മറ്റും ഈ അകല്ച്ചയ്ക്കു കാരണമായിരുന്നിരിക്കാം. എന്നാൽ ദേശാഭിമാനി ടി കെ മാധവനെപ്പൊലെയുള്ള ദീർഘദർശികളായ അധഃസ്ഥിത നായകർ അവർണ്ണരുടെ അവകാശസമരങ്ങളെയും ജനാധിപത്യസമരങ്ങളെയും സമന്വയിപ്പിച്ച് കൊണ്ട് പോകണമെന്ന അഭിപ്രായക്കാരായിരുന്നു. അങ്ങനെയുള്ള സമന്വയശ്രമങ്ങളുടെ വെന്നിക്കൊടിയായിരുന്നു 1924 ലെ പൗരസ്വാതന്ത്ര്യങ്ങൾക്കു വേണ്ടിയുള്ള വൈക്കം സത്യഗ്രഹം. അവർണ്ണനും അവർണ്ണ സമുദായങ്ങളുടെ അവകാശ സമരങ്ങളുടെ നേതാവുമായിരുന്ന വേലുക്കുട്ടി അരയനും ടി കെ മാധവനെപ്പോലെ വിമോചന സമരത്തിന്റെ ഈ രണ്ട് ധാരകളെയും സമന്വയിപ്പിക്കാൻ ശ്രമിച്ച പോരാളി ആയിരുന്നു. അങ്ങനെ തിരുവിതാം

കൂർ ഭാഗത്തെ സ്വാതന്ത്ര്യസമരസേനാനികളിൽ വേലുക്കുട്ടി അരയൻ പെടുന്നു.

മേൽവിവരിച്ച പ്രകാരം ജാലിയൻ വാലാബാഗ് കൂട്ടക്കൊലയും മഹാത്മാഗാന്ധിയുടെ നിസ്സഹകരണ പ്രസ്ഥാനവും വേലുക്കുട്ടി അരയനെ ആകർഷിക്കുന്നതിന് മുമ്പുതന്നെ അദ്ദേഹം തന്റെ ദൗത്യനിർവ്വഹണസംരംഭങ്ങൾ ആരംഭിച്ചിരുന്നു.

1908 ലെ വിജ്ഞാനസന്ദായിനി ഗ്രന്ഥശാല ഉദ്ഘാടനത്തിന് ശേഷം അദ്ദേഹത്തിന്റെ അടുത്ത സംഘടനാ സംരംഭം 1916 ലെ ചെറിയഴീക്കൽ 'അരയവംശപരിപാലനയോഗ'മായിരുന്നു. 1919 ൽ അദ്ദേഹം ജനറൽ സെക്രട്ടറിയായി സംഘടിപ്പിക്കപ്പെട്ട 'സമസ്ത കേരളീയ അരയമഹാജന യോഗം' ഇതിന്റെ തുടർച്ചയും വികാസവുമായിരുന്നു.

വേലുക്കുട്ടി അരയന്റെ ജീവിതത്തിലുടനീളം അദ്ദേഹത്തെ ഹരം കൊള്ളിച്ചിരുന്ന പത്രപ്രവർത്തനമേഖലയായിരുന്നു ഈ സംരംഭങ്ങളുടെ തുടക്കം. 1917 ൽ *അരയൻ* എന്ന മാസിക അദ്ദേഹം ആരംഭിക്കുകയും 1919 ൽ അതൊരു പ്രതിവാരപത്രമായി വികസിപ്പിക്കുകയും അതിനായി സ്വന്തമായൊരു അച്ചുകൂടം സ്ഥാപിക്കുകയും ചെയ്തു. മറ്റെല്ലാ പ്രമുഖ നവോത്ഥാന നായകന്മാരെയുംപോലെ സ്ത്രീകളുടെ അവകാശങ്ങളെ സംരക്ഷിക്കുന്നതിൽ സവിശേഷ ശ്രദ്ധാലുവായിരുന്നു ഡോ.അരയൻ. അതുകൊണ്ട് *അരയൻ* വാരികയ്ക്കൊപ്പം 1922 ൽ *അരയ സ്ത്രീജന മാസിക* എന്നൊരു പ്രസിദ്ധീകരണം കൂടി അദ്ദേഹം ആരംഭിച്ചു.

ഇപ്രകാരം താനുൾപ്പെടുന്ന അവർണ്ണസമുദായങ്ങളുടെ സംഘടന യിലും അവർക്കു വേണ്ടിയുള്ള പത്രപ്രവർത്തനത്തിലും ആണ് ഡോ. വേലുക്കുട്ടി അരയൻ ശ്രദ്ധപതിപ്പിച്ചതെന്നും ഈ ശ്രദ്ധ ന്യായയുക്തവും അഭികാമ്യവും ആണെങ്കിലും അതിൽ ഒരു വിഭാഗീയതയുടെ ലാഞ്ഛന ഉണ്ടായിരുന്നില്ലേയെന്ന് ചില ആധുനികർക്ക് തോന്നിയേക്കാം. എന്നാൽ ഒന്നിലേറെ കാരണങ്ങളാൽ ആ തോന്നൽ ശരിയല്ല. കേരളത്തിലെ നവോ ത്ഥാന പ്രസ്ഥാനമാകെ തന്നെ ഓരോരോ ജാതികളിലും മതങ്ങളിലും നിലവിലിരുന്ന അനാചരങ്ങളെ നിർമ്മാർജ്ജനം ചെയ്യാനും സമൂഹ ത്തിന്റെ അതതു വിഭാഗക്കാർക്ക് അനുഭവപ്പെടുന്ന വിവേചനങ്ങളും അവശതകളും പരിഹരിക്കാനും അവരെ സമൂഹത്തിന്റെ പൊതുധാരയി ലേക്ക് ആനയിക്കാനും ഉദ്ദേശിച്ചുകൊണ്ടുള്ളതായിരുന്നു. നമ്പൂതിരിമാ രുടെ യോഗക്ഷേമസഭ, നായന്മാരുടെ എൻ എസ് എസ്, അയ്യൻകാളി യുടെ നേതൃത്വത്തിലാരംഭിച്ച സാധു പരിപാലനയോഗം മുതലായവ യ്ക്കെല്ലാം സങ്കുചിത വിഭാഗീയ താല്പര്യങ്ങളേക്കാൾ ഉയർന്ന ലക്ഷ്യങ്ങൾ ഉണ്ടായിരുന്നു. ശ്രീനാരായണഗുരു സ്ഥാപിച്ച ശ്രീനാരായണ ധർമ്മ പരിപാലന (എസ് എൻ ഡി പി) യോഗം പില്ക്കാലത്ത് ചരിത്രപ രമായ കാരണങ്ങളാൽ ഒരു പ്രത്യേക സമുദായത്തിന്റെ സംഘടനയാ യിട്ടാണ് അറിയപ്പെട്ടതെങ്കിലും അതിന്റെ സ്ഥാപനോദ്ദേശ്യം അതായിരു ന്നില്ല. താൻ നിലവിലുള്ള ഏതെങ്കിലും മതത്തിലോ ജാതിയിലോ

ഉൾപ്പെട്ടവനല്ല എന്ന ശ്രീനാരായണവചനവും എസ് എൻ ഡി പി യോഗത്തിന്റെ മാതൃക മറ്റ് സാമൂഹ്യപരിഷ്കരണസംഘടനകൾ കൈക്കൊണ്ടതുമെല്ലാം ഇക്കാര്യം തെളിയിക്കുന്നു. ഇങ്ങനെ സർവ്വജാതി മതസ്ഥർക്കും നവോത്ഥാന പ്രസ്ഥാനത്തിലേക്ക് ഒഴുകിച്ചേരാനുള്ള ഒരു കൈവഴിയായിട്ടാണ്, യുക്തിവാദിയും സ്വാതന്ത്ര്യ സമരസേനാനിയും മറ്റുമായ വേലുക്കുട്ടി അരയൻ 'അരയജനമഹായോഗം' രൂപീകരിച്ചത്. താൻ ജനറൽ സെക്രട്ടറിയായ ആ യോഗത്തിൽ അദ്ധ്യക്ഷനായി ശ്രീനാരായണഗുരുവിന്റെ ശിഷ്യൻ സുഗുണാനന്ദഗിരി സ്വാമികളെ തെരഞ്ഞെടുത്തു.

ഹൈന്ദവ സമൂഹത്തിൽ വിവിധ ജാതിക്കാരും അവർക്കിടയിൽ പല നിലകളിലുള്ള ഉച്ചനീചത്വങ്ങളും ഉള്ളതുപോലെ ഓരോ ജാതിക്കാർക്കിടയിലും ഉപവിഭാഗങ്ങൾ ഉണ്ട്. നായന്മാർക്കിടയിലെ കിരിയത്ത്, പള്ളിച്ചാൻ, മല്ലക്കാരൻ, വിളക്കിത്തല, ചെന്നുകൊട്ടി, കർത്താവ്, കുഞ്ഞി എന്നിങ്ങനെ എത്രയെത്ര വിഭാഗങ്ങൾ. ഹിന്ദുമതത്തിലെ ജാതിവ്യത്യാസങ്ങൾ നിർമ്മാർജ്ജനം ചെയ്യുന്നതിന് മുന്നോടിയായി സ്വന്തം സമുദായത്തിലെ വിഭാഗീയതകൾ നിർമ്മാർജ്ജനം ചെയ്യുക എന്നത് വേലുക്കുട്ടി അരയന്റെയും മറ്റൊരു നേതാവായ പണ്ഡിറ്റ് കറുപ്പന്റെയും (1885–1938) മറ്റും പ്രധാന പരിഗണനകളായിരുന്നു. അരയമഹാജന യോഗത്തിൽ ഇവരെയെല്ലാപേരെയും അണിനിരത്താനാണ് ജനറൽ സെക്രട്ടറി തുടക്കംതൊട്ടേ പരിശ്രമിച്ചു പോന്നത്.

സ്വസമുദായത്തിനപ്പുറം

ഇപ്രകാരം അരയസമൂഹത്തിന്റെ ഉന്നതിക്കുവേണ്ടി പരിശ്രമിക്കുമ്പോഴും ആ സമുദായത്തിനപ്പുറമുള്ള വിഭാഗങ്ങളെയും പ്രവർത്തനങ്ങളെയും അവഗണിക്കുവാൻ അദ്ദേഹത്തിന് സാധിക്കുമായിരുന്നില്ല. നിത്യ ചൈതന്യയതി വേലുക്കുട്ടി അരയന്റെ പ്രവർത്തനശൈലിയെയും ലക്ഷ്യങ്ങളെയും കുറിച്ച് ഇപ്രകാരം പറയുന്നു.

> ഒരു കാലത്ത് അവരവർ ജനിച്ചുവളർന്ന ജാതീയമായ വൃത്തത്തിൽ ഒതുങ്ങിനില്ക്കാൻ കൂട്ടാക്കാത്ത ചില അതിമാനുഷന്മാർ, അവരുടെ മേധാശക്തിയും തൂലികാവിലാസവും ആത്മസൗന്ദര്യവും കർമ്മചാതുരിയും ഏവർക്കുംവേണ്ടി പങ്കിടാൻ മുന്നോട്ടുവന്നെങ്കിലും അവരുടെ നെറ്റിയിൽ വലുതായി എഴുതിപ്പതിച്ചിരുന്ന ജാതിയുടെ ലേബൽ നോക്കി മാത്രമേ അവരെ സമകാലീനർ സഹകരിക്കുവാൻ അനുവദിച്ചുള്ളൂ. *അരയൻ* പത്രം നടത്തിയാൽ അത് അരയപത്രമേ ആവുകയുള്ളൂ. അരയൻ നേതാവായാലും അരയനേതാവേ ആകുന്നുള്ളൂ. ആ കാലത്താണ് ഡോക്ടർ വേലുക്കുട്ടി അരയനെന്ന അത്ഭുതപ്രഭാവൻ കേരളഭൂമിയിൽ ഉദയം ചെയ്തത്. ചരിത്രത്തിന്റെ കെണിയിൽപ്പെട്ട അദ്ദേഹത്തിനും

> ചതുരംഗക്കളിക്ക് തന്റെ സമുദായത്തെ കരുവാക്കേണ്ടി വന്നു. അങ്ങനെ എസ് എൻ ഡി പി യോഗവവും എൻ എസ് എസും എല്ലാം സാമുദായിക സംഘടനകളായി രംഗത്തിറങ്ങി സമുദായത്തിന്റെ അവകാശം പ്രഖ്യാപിച്ചതുപോലെ ഡോ. വേലുക്കുട്ടി അരയനും അരയസമാജവും സംഘടിപ്പിച്ച് അവകാശപ്രഖ്യാപനം നടത്തി. ഫ്യൂഡലിസത്തെ പൊളിക്കാനുള്ള ഒന്നാമത്തെ ചുവട് വെയ്പ് എന്ന നിലയിൽ അത് സ്തുത്യർഹമായിരുന്നു. കൊട്ടാരത്തിലെ കെട്ടിലമ്മയ്ക്കും അവരുടെ വെളുത്തേടത്തിക്കും ജാത്യാഭിമാനത്തിൽ ഏകതയുണ്ടാക്കിക്കൊടുക്കാൻ എൻ എസ് എസ് സഹായകമായി. അതൊരു വിപ്ലവമായിരുന്നു. ദാർശനികവും അപ്രസക്തവുമായിരുന്നെങ്കിലും ആലുംമൂട്ടിൽ ചാന്നാർക്കും ആലുംകടവിലെ ചെത്തുകാരനും സഹകരിച്ചു മുന്നോട്ടുപോകാൻ എൻ എസ് ഡി പി പൊതുരംഗം സൃഷ്ടിച്ചു. അതുപോലെ ഒരു ഏകീകരണമുണ്ടാക്കാൻ ഡോക്ടർ വേലുക്കുട്ടി അരയൻ മുഖമില്ലാതെ കിടന്ന മൂകവീരന്മാരിൽ ഞാൻ 'അരയൻ' എന്ന അഭിമാനം ഉണ്ടാക്കി (*ഡോ. വേലുക്കുട്ടി അരയൻ സ്മരണിക* 1994).

1920 ൽ 'തിരുവിതാംകൂർ രാഷ്ട്രീയ മഹാസഭ' എന്ന ജാതിനിരപേക്ഷവും മതനിരപേക്ഷവും ആയ ഒരു രാഷ്ട്രീയസംഘടനയ്ക്ക് രൂപം നല്കിയതിൽ പ്രമുഖൻ വേലുക്കുട്ടി അരയനായിരുന്നു. ഇന്ത്യൻ നാഷണൽ കോൺഗ്രസിൽനിന്ന് പ്രചോദനം ഉൾക്കൊണ്ട ഈ സംഘടനയാണ് തിരുവിതാംകൂറിൽ ഉത്തരവാദിത്വ ഭരണത്തിനും സർക്കാർഘടനയിലെ സവർണ്ണാധിപത്യത്തിനും എതിരെ ആദ്യമായി ശബ്ദം മുഴക്കിയത്.

അധഃസ്ഥിത വിഭാഗങ്ങൾക്കും ന്യൂനപക്ഷമതക്കാർക്കും നിയമസഭയിൽ എന്നല്ല സർക്കാർ സർവ്വീസിൽ പോലും അവഗണന അനുഭവപ്പെട്ടുകൊണ്ടിരുന്ന ഒരു കാലമായിരുന്നു അത്. 1918 മാർച്ച് 2 ന് ആ അവശതകൾ പരിഹരിച്ചുകിട്ടുന്നതിന് വേണ്ടി പൊതുജനാഭിപ്രായം സംഘടിപ്പിക്കുന്നതിന് തിരുവനന്തപുരത്ത് വച്ച് മലയാള മനോരമ പത്രാധിപർ കെ സി മാമ്മൻ മാപ്പിളയുടെ അദ്ധ്യക്ഷതയിൽ പൗരാവകാശ സമ്മേളനം ചേർന്നു. ആ സമ്മേളനത്തിന്റെ തീരുമാനപ്രകാരം 1919 മാർച്ച് 20 ന് ജോൺ ചാണ്ടി പ്രസിഡന്റായി പൗരാവകാശ സമത്വവാദി സംഘം രൂപീകരിക്കപ്പെട്ടു. 1920 ൽ ഈ സംഘത്തിന്റെ വകയായി ഒരു നിവേദനം അന്നത്തെ ദിവാൻ മന്നത്ത് കൃഷ്ണൻ നായർക്ക് നല്കുകയും ചില ചെറിയ ആനുകൂല്യങ്ങൾ നേടുകയും ചെയ്തു. എങ്കിലും ആ സംഘം ഉന്നയിച്ച പലതും നേടിക്കിട്ടാൻ കൂടുതൽ ശക്തമായ പ്രക്ഷോഭസമരങ്ങൾ ആവശ്യമായി വന്നു. 1930 കളുടെ ആദ്യം രൂപീകരിക്കപ്പെട്ട സംയുക്ത രാഷ്ട്രീയ സഭയും അവരുടെ നിവർത്തന പ്രക്ഷോഭണവും അവർ നേടിയ വിജയവും എല്ലാം പില്ക്കാല ചരിത്രമാണ്. വേലുക്കുട്ടി അരയൻ പങ്കെടുത്ത് സ്ഥാപിച്ച 'തിരുവിതാംകൂർ രാഷ്ട്രീയ മഹാസഭ'

ആദ്യകാല പ്രവർത്തനങ്ങൾക്ക് ശേഷം ചരിത്രസ്മരണയായി തീർന്നുവെങ്കിലും പൗരസമത്വ പ്രക്ഷോഭണങ്ങളുമായി അദ്ദേഹം സഹകരിച്ച് പ്രവർത്തിച്ചുപോന്നു. പൗരസമത്വപ്രക്ഷോഭണത്തിൽ മറ്റു വിഭാഗങ്ങളും ഉണ്ടായിരുന്നെങ്കിലും എസ് എൻ ഡി പി യോഗം അതിന്റെ നായിക സ്ഥാനത്ത് എത്തിയപ്പോഴാണ് അപ്രതിരോദ്ധ്യമായത്. പ്രക്ഷോഭണങ്ങളുടെ ഒട്ടൊക്കെ തുടർച്ചയായും സമാന്തരമായും വളർന്ന് വന്ന മാറ്റമാണ് ക്ഷേത്രപ്രവേശനപ്രക്ഷോഭം. ഒരേ സമയം എസ് എൻ ഡി പിയുടെയും ഇന്ത്യൻ നാഷണൽകോൺഗ്രസിന്റെയും നേതാവായി പ്രവർത്തിച്ച സ്വദേശാഭിമാനി ടി കെ മാധവന്റെ മുൻകൈയിൽ കാക്കിനാദയിൽ അവർണ്ണർക്ക് നടക്കാനുള്ള അവകാശത്തിനുവേണ്ടി സത്യഗ്രഹസമരം നടത്താൻ കേരളത്തിലെ കോൺഗ്രസുകാർക്ക് അനുമതി ലഭിച്ചു. അതിൻപ്രകാരം 1924 ൽ നടന്ന ചരിത്രപ്രധാനസമരമായ വൈക്കം സത്യഗ്രഹത്തിന്റെ സംഘാടകരിൽ വേലുക്കുട്ടി അരയനും പങ്കാളിയായിരുന്നു. നീണ്ടകാലത്തെ സത്യഗ്രഹസമരവും മഹാത്മാഗാന്ധി, ഇ വി രാമസ്വാമി നായ്കർ തുടങ്ങിയ അഖിലേന്ത്യാനേതാക്കളുടെ ഇടപെടലും അധികാരികളിൽ നിന്നും സർക്കാരിന്റെ അതിക്രമങ്ങളിൽനിന്നും സത്യഗ്രഹികൾ നേരിടേണ്ടിവന്ന വിവരണാതീതമായ പീഡനങ്ങളും കൊണ്ട് കേരളം മുഴുവൻ സത്യഗ്രഹത്തിനനുകൂലമായി മാറി. സഞ്ചരിച്ച പ്രചാരവേല ചെയ്ത മന്നത്തിന്റെ നേതൃത്വത്തിലുള്ള സവർണ്ണജാഥയും മറ്റും കേരളത്തിലെ സാമൂഹ്യരാഷ്ട്രീയ അന്തരീക്ഷത്തെ ഇളക്കിമറിച്ചു. എങ്കിലും താൽക്കാലികമായി പ്രകടമായ നേട്ടങ്ങളൊന്നും കൂടാതെ സമരം പിൻവലിക്കേണ്ടതായി വന്നു. സമരത്തിന്റെ ലക്ഷ്യങ്ങൾ ഉയർത്തിപ്പിടിച്ച് അടുത്തവട്ടം സമരത്തിന് തയ്യാറെടുക്കുക തുടങ്ങിയ ലക്ഷ്യത്തോടെ എസ് എൻ ഡി പി യുടെ ആഭിമുഖ്യത്തിൽ 1924ൽ സംഘടിപ്പിക്കപ്പെട്ട തിരുവിതാംകൂർ അവർണ്ണ ഹിന്ദു മഹാസഭയുടെ ജനറൽ സെക്രട്ടറിയായി ഐകകണ്ഠേന തിരഞ്ഞെടുക്കപ്പെട്ടത് വേലുക്കുട്ടി അരയനായിരുന്നു എന്ന വസ്തുത 30 വയസ്സുള്ളപ്പോൾത്തന്നെ അദ്ദേഹം നേടിയ ജനപ്രീതിക്കും അംഗീകാരത്തിനും സാക്ഷ്യം വഹിക്കുന്നു.

ഈ ഘട്ടത്തിൽത്തന്നെ വേലുക്കുട്ടി അരയൻ മറ്റു പല സാമുദായിക നേതാക്കളും ദേശീയവാദികളും പ്രവേശിക്കാൻ മടിച്ചിരുന്ന ഒരു പുതിയമേഖലയിലേക്ക് അദ്ദേഹത്തിന്റെ പ്രതിഭയും സംഘടനാ സാമർത്ഥ്യവും സന്നിവേശിപ്പിച്ചു. അക്കാലത്ത് തുടക്കം കുറിക്കുക മാത്രം ചെയ്തിരുന്ന തൊഴിലാളി സംഘടനാ പ്രവർത്തനമായിരുന്നു അത്. പില്ക്കാലത്ത് പല തൊഴിലാളി സംഘടനകളുടെ സ്ഥാപകനും നേതാവുമായി പ്രവർത്തിച്ച വേലുക്കുട്ടി അരയന്റെ പ്രഥമ ട്രേഡ് യൂണിയൻ സംരംഭം 1931 ൽ രൂപീകരിച്ച 'അഖില തിരുവിതാംകൂർ നാവികത്തൊഴിലാളി സംഘ'മായിരുന്നു.

ഇളകി മറിഞ്ഞ മുപ്പതുകൾ

കേരളത്തിന്റെ ചരിത്രത്തില 1930 കൾ എന്ന പതിറ്റാണ്ടിന് സവിശേഷ പ്രാധാന്യമുണ്ട്. 1888 ൽ ശ്രീനാരായണഗുരുവിന്റെ അരുവിപ്പുറം പ്രതിഷ്ഠയോടുകൂടി ഉദ്ഘാടനം ചെയ്യപ്പെട്ട നവോത്ഥാനത്തിന്റെ വിവിധ ധാരകൾ ഇളകി മറിഞ്ഞൊഴുകി ഒരു മഹാപ്രവാഹമായി മാറിയത് 1930 കളിലാണ്. ഈ മുപ്പതുകളോടുകൂടിയാണ് അന്ന് തിരുവിതാംകൂറും കൊച്ചിയും എന്ന രണ്ട് നാട്ടുരാജ്യങ്ങളും മലബാർ ജില്ലയെന്ന നേരിട്ടുള്ള ബ്രിട്ടീഷ് ഭരണപ്രദേശവുമായി മൂന്നായി വേറിട്ടു കിടന്നിരുന്ന കേരളം ഒരേ സാംസ്കാരിക രാഷ്ട്രീയ ഘടകം എന്ന നിലയിൽ വളരാനും അഖിലേന്ത്യാ രാഷ്ട്രീയത്തിന്റെ പൊതുപ്രവാഹത്തിൽ ലയിക്കാനും തുടങ്ങിയത്. 1920 ലെ നിസ്സഹകരണ പ്രസ്ഥാനവും 1928-29 ലെ സൈമൺ കമീഷൻ ബഹിഷ്കരണവും കേരളത്തിലെ പൊതുജീവിതത്തെ കാര്യമായി സ്പർശിച്ചില്ലെങ്കിലും 1930-32 ഉപ്പുസത്യഗ്രഹം അഖിലേന്ത്യാ സ്വാതന്ത്ര്യ സമരത്തിലേക്കുള്ള കേരളത്തിന്റെ ആഘോഷപൂർണ്ണമായ പ്രവേശനമായി. ഔപചാരികമായി അന്നും ഇന്ത്യൻ നാഷണൽ കോൺഗ്രസിന്റെ ഗാന്ധിയൻ സമരം മലബാറിൽ ഒതുങ്ങിയെങ്കിലും അതിൽ തിരുവിതാംകൂറിൽ നിന്നും കൊച്ചിയിൽ നിന്നുമുള്ള സന്നദ്ധഭടന്മാർ മലബാറിൽ പോയി പങ്കെടുക്കുകയും സമരത്തിന്റെ മാറ്റൊലികൾ കൊച്ചിയിലും മുഴങ്ങുകയും അതതു ദേശങ്ങളിലെ സാഹചര്യങ്ങൾക്ക് അനുസരിച്ചുള്ള പ്രസ്ഥാനങ്ങൾക്ക് ബീജവാപം ചെയ്യുകയും ഉണ്ടായി.

തിരുവിതാംകൂറിൽ നേരത്തെ നാം ചർച്ച ചെയ്ത സംയുക്ത രാഷ്ട്രീയ സഭയും നിവർത്തനപ്രക്ഷോഭവും വിജയകരമായി സമാപിച്ച് 1937 ൽ തിരുവിതാംകൂർ സ്റ്റേറ്റ് കോൺഗ്രസിന് ജന്മം നല്കി. 1937 ൽ നടന്ന പ്രവിശ്യാ തിരഞ്ഞെടുപ്പുകളിൽ ജയിച്ച കോൺഗ്രസ് പല സംസ്ഥാനങ്ങളിലും എന്നപോലെ മദിരാശി പ്രവിശ്യയിലും രാജഗോപാലാചാരിയുടെ നേതൃത്വത്തിൽ മന്ത്രിസഭ രൂപീകരിച്ചപ്പോൾ മലബാർ ജനാധിപത്യഭരണത്തിന്റെ പ്രാഥമികപാഠങ്ങൾ ഉൾക്കൊള്ളുകയായിരുന്നു. അഖിലേന്ത്യാതലത്തിലും തിരുവിതാംകൂറിലും കൊച്ചിയിലും ഉത്തരവാദ ഭരണപ്രക്ഷോഭത്തിനുള്ള ശക്തമായ പ്രേരണയായി.

ഈ ഘട്ടത്തിൽത്തന്നെയാണ് കോൺഗ്രസിലെ ഇടതുപക്ഷവും കമ്യൂണിസ്റ്റ് പാർട്ടിയും കേരളത്തിൽ വേരൂന്നിയത്. 1934 ൽ കോൺഗ്രസ് സോഷ്യലിസ്റ്റ് പാർട്ടി രൂപംകൊണ്ടു. 1920 മുതൽ ഒറ്റപ്പെട്ട ഗ്രൂപ്പുകളായും പ്രത്യയശാസ്ത്രപരമായ ദേശീയ സാന്നിദ്ധ്യമായും പ്രവർത്തിച്ച് വന്നിരുന്ന കമ്യൂണിസ്റ്റ് പാർട്ടി 1930 കളിൽ സംഘടിതമായ നേതൃത്വത്തോടുകൂടി ഒരു ദേശീയ രാഷ്ട്രീയകക്ഷിയായി ഉയർന്നു.

1937 ൽ പി കൃഷ്ണപിള്ള സെക്രട്ടറിയായും ഇ എം എസ് നമ്പൂതിരിപ്പാട്, എൻ സി ശേഖർ, കെ ദാമോദരൻ എന്നിവർ അംഗങ്ങളായും

കേരളത്തിലെ പ്രഥമ കമ്മ്യൂണിസ്റ്റ് ഘടകം രൂപപ്പെട്ടു. കോൺഗ്രസിനകത്ത് പ്രവർത്തിച്ചിരുന്ന കമ്മ്യൂണിസ്റ്റ് സോഷ്യലിസ്റ്റ് ഗ്രൂപ്പുകൾ കെ പി സി സി യിൽ തന്നെ ഭൂരിപക്ഷം നേടി ആ സംഘടന പിടിച്ചെടുത്തു. 1937 ൽ കോൺഗ്രസ് മദിരാശി ഉൾപ്പെടെയുള്ള ഭൂരിപക്ഷ പ്രവിശ്യകളിൽ അധികാരത്തിൽ എത്തിയപ്പോൾ കമ്മ്യൂണിസ്റ്റ് പാർട്ടിക്കെതിരായ നിരോധനം പിൻവലിച്ചില്ലെങ്കിലും പാർട്ടിക്ക് കുറെക്കൂടി പ്രവർത്തന സ്വാതന്ത്ര്യം ലഭിച്ചു. കർഷക സംഘങ്ങളും ട്രേഡ് യൂണിയൻ സംഘടനകളും വിദ്യാർത്ഥി - യുവജന സംഘടനകളും കേരളത്തിലുട നീളം വളരാൻ തുടങ്ങി. 1939 ൽ രണ്ടാം ലോക മഹായുദ്ധം പൊട്ടിപ്പുറപ്പെടുകയും ഇന്ത്യയുടെ അംഗീകാരം നേടാതെ ഇന്ത്യയെ യുദ്ധത്തിലേക്ക് വലിച്ചിഴച്ച ബ്രിട്ടീഷ് സർക്കാർ നയത്തിൽ പ്രതിഷേധിച്ച് കോൺഗ്രസ് സർക്കാരുകൾ രാജിവയ്ക്കുകയും ചെയ്തതോടെ കമ്മ്യൂണിസ്റ്റ് പാർട്ടിക്ക് എതിരായ മർദ്ദന നടപടികളും രൂക്ഷമായി. അതോടുകൂടി പാർട്ടിക്ക് പെട്ടെന്ന് ഒരു ബഹുജനപ്പാർട്ടിയായി മാറാൻ അവസരം ലഭിച്ചു. 1939 അവസാനം തലശ്ശേരിക്കടുത്ത് പിണറായിയിൽ വച്ചു ചേർന്ന കോൺഗ്രസ് സോഷ്യലിസ്റ്റുകാരുടെ ആലോചനയോഗം ഒന്നടങ്കം കമ്മ്യൂണിസ്റ്റ് പാർട്ടിയായി മാറാൻ തീരുമാനിച്ചതോടുകൂടിയാണ് കേരളത്തിലെ കമ്മ്യൂണിസ്റ്റ് പാർട്ടി കോൺഗ്രസിനെ വെല്ലാനുതകുന്ന ഒരു ബഹുജന വിപ്ലവ കക്ഷിയായി വളർന്നത്.

കേരളാടിസ്ഥാനത്തിലുള്ള ഈ പരിവർത്തനങ്ങൾ തിരുവിതാംകൂറിലും കൊച്ചിയിലും നാട്ടുരാജ്യങ്ങൾക്ക് അനുയോജ്യമായ പ്രത്യേകതകളോടെയാണ് പ്രതിഫലിച്ചത്. 1931 ൽ തിരുവിതാംകൂർ മഹാരാജാവിന്റെ രാഷ്ട്രീയ ഉപദേഷ്ടാവായി ബ്രിട്ടീഷ് സർക്കാരിന്റെ അനുഗ്രഹാശിസ്സുകളോടെ വരികയും 1936 മുതൽ 1947 വരെ 11 വർഷക്കാലം ദിവാനായി യഥാർത്ഥ ഭരണാധികാരം കൈയാളുകയും ചെയ്ത സർ സി പി രാമസ്വാമി അയ്യരുടെ ദുരാധികാര പ്രമത്തത തിരുവിതാംകൂറിലെ ജനാധിപത്യപ്രസ്ഥാനത്തിനു പ്രത്യേകമായ മുദ്ര ചാർത്തി. ദുരധികാരപ്രമത്തനായിരുന്നു എങ്കിലും സർ സി പി സമർത്ഥനായ ഭരണാധികാരിയും ബുദ്ധിമാനായ തന്ത്രശാലിയും കൂടിയായിരുന്നു. 1936 ൽ ചരിത്രപ്രസിദ്ധമായ ക്ഷേത്രപ്രവേശന വിളംബരം മഹാരാജാവിനെ കൊണ്ട് പുറപ്പെടുവിച്ച സി പി ക്ക് അധഃസ്ഥിത വിഭാഗങ്ങൾക്ക് പൗരസമത്വം നല്കുന്നതിനപ്പുറം പല ലക്ഷ്യങ്ങളും ഉണ്ടായിരുന്നു. സംയുക്ത രാഷ്ട്രീയ പ്രസ്ഥാനത്തിൽ പ്രതിഫലിച്ച അവർണ്ണ-ക്രൈസ്തവ-മുസ്ലീം സഖ്യത്തെ തകർക്കുവാനും അതിലെ സുശക്ത ഘടകങ്ങളായിരുന്ന ക്രിസ്ത്യാനികളെ ശത്രുപക്ഷത്തും എസ് എൻ ഡി പി യെ ബന്ധുപക്ഷത്തും കൊണ്ടുവരിക എന്നത് ഒരു ലക്ഷ്യമായിരുന്നു. അങ്ങനെ ബഹുജനങ്ങളെ ജനാധിപത്യ ഐക്യത്തെ തകർത്ത് സ്വേച്ഛാധിപത്യം അരക്കിട്ടുറപ്പിക്കാൻ സി പി നടത്തിയ ശ്രമങ്ങൾ 1938 ൽ ആവിർഭവിച്ച തിരുവിതാംകൂർ സ്റ്റേറ്റ് ഗവൺമെന്റിന്റെ ഉഗ്രൻ നിയമനിഷേധസമര

വേലിയേറ്റത്തോടെ പരാജയപ്പെട്ടു. അതിനകം ശക്തിയാർജ്ജിച്ച തീരദേശങ്ങളിലെ വ്യാപകമായ ട്രേഡ് യൂണിയൻ പ്രസ്ഥാനവും അവയ്ക്ക് നേതൃത്വം നല്കിയ കമ്യൂണിസ്റ്റ് പാർട്ടിയും സ്വതന്ത്രമായി പ്രവർത്തിച്ചതോടൊപ്പം സ്റ്റേറ്റ് കോൺഗ്രസിന്റെ ഭാഗവുമായി. പട്ടം താണുപിള്ള, സി കേശവൻ, ടി എം വർഗ്ഗീസ് തുടങ്ങിയവരോടൊപ്പം കമ്യൂണിസ്റ്റുകാരായ കെ സി ജോർജ്, പി ടി പുന്നൂസ്, എം എൻഗോവിന്ദ നായർ തുടങ്ങിയവരും സോഷ്യലിസ്റ്റുകാരായ എൻ ശ്രീകണ്ഠൻ നായർ, കണ്ണന്തോടത്ത് ജനാർദ്ദനൻ നായർ തുടങ്ങിയവരും കോൺഗ്രസിന്റെ നേതൃത്വനിരയിൽ ഉയർന്നു നിന്നിരുന്നു. മലബാർ ആസ്ഥാനമായി പ്രവർത്തിച്ചിരുന്ന ഇ എം എസ്, പി കൃഷ്ണപിള്ള, എ കെ ജി, കെ ദാമോദരൻ, എൻ സി ശേഖർ തുടങ്ങിയ കമ്യൂണിസ്റ്റ് നേതാക്കൾ തിരുവിതാംകൂർ സമരത്തിന്റെ വഴികാട്ടികളും പങ്കാളികളും ആയി ശക്തിപ്രാപിച്ചു. ഈ വമ്പിച്ച ബഹുജനസമരങ്ങൾ രണ്ടാം ലോകമഹായുദ്ധകാലത്ത് അല്പം മന്ദീഭവിച്ചുവെങ്കിലും യുദ്ധാനന്തരകാലത്ത് വീണ്ടും പതിന്മടങ്ങ് ശക്തിയോടെ പൊട്ടിപ്പുറപ്പെട്ട് പുന്നപ്ര-വയലാർ (1946) സായുധ സമരത്തിൽ കലാശിച്ചതു കൂടുതൽ വിവരിക്കുന്നില്ല. 1947 ആഗസ്ത് 15 ന് ഇന്ത്യ സ്വതന്ത്രയായപ്പോൾ തിരുവിതാംകൂറിനെ ഇന്ത്യയിൽ നിന്നടർത്തി മാറ്റി ഒരു പരമാധികാര രാഷ്ട്രമായി പ്രഖ്യാപിക്കുകയാണെന്ന രാജ്യദ്രോഹകരമായ നടപടി എടുക്കാൻ വരെ സി പി തയ്യാറായി. സ്വാഭാവികമായും ജനങ്ങൾ രൂക്ഷമായ പ്രക്ഷോഭണത്തിലൂടെ ഈ രാജ്യദ്രോഹത്തെ എതിർത്ത് തോൽപ്പിക്കാൻ മുന്നോട്ടുവന്നു.

അമേരിക്കൻ ഐക്യനാട്ടിലെപ്പോലെ നിയമസഭയോട് ഉത്തരവാദിത്വമില്ലാത്തതും മാറ്റപ്പെടാനാവാത്തതുമായ എക്സിക്യൂട്ടീവ് എന്ന നിലയിൽ ദിവാൻ ഭരിക്കുന്ന സംവിധാനമാണ് സി പി ആസൂത്രണം ചെയ്തത്. അതുകൊണ്ടാണ് 'അമേരിക്കൻ മോഡൽ അറബിക്കടലിൽ' എന്ന മുദ്രാവാക്യം പുന്നപ്ര വയലാർ സമരസേനാനികൾ ഉയർത്തിയത്. ഭീകരമായ ആയുധശക്തി ഉപയോഗിച്ച് പുന്നപ്ര- വയലാർ സമരം ബാഹ്യമായി അടിച്ചമർത്തപ്പെട്ടെങ്കിലും അവരുയർത്തിയ മുദ്രാവാക്യം ജനങ്ങൾ ഏറ്റെടുത്ത് സമരം മുന്നോട്ട് കൊണ്ടുപോകുകയും ഒടുവിൽ ഒരു പൊതുയോഗത്തിൽ വച്ച് വെട്ടേറ്റ മുറിവോടുകൂടി സി പി തോറ്റ് നാടുവിട്ടതും തിരുവിതാംകൂർ ഇന്ത്യയുടെ ഭാഗമായിത്തന്നെ തുടരുന്നതും ഉത്തരവാദഭരണം സ്ഥാപിക്കപ്പെട്ടതും എല്ലാം 1930 കളുടെ തുടർച്ചയും സാക്ഷാൽക്കാരവും ആയിരുന്നു.

വിമർശനം, സമരം, സഹനം

മേൽ വിവരിച്ച പ്രകാരം തിളച്ചുമറിഞ്ഞ 1930 കളിലെ വിവിധ സമരധാരകളിൽ വേലുക്കുട്ടി അരയൻ ആകണ്ഠം മുഴുകുകയും എന്നാൽ തെറ്റെന്നുതോന്നിയ പ്രവണതകളെ ധീരമായി വിമർശിക്കുകയും ചെയ്ത് പോന്നു. സ്റ്റേറ്റ് കോൺഗ്രസിന്റെ ഉത്തരവാദഭരണ മുദ്രാവാക്യം 1920 കൾ

തൊട്ടുതന്നെ താൻ ഉന്നയിച്ചുപോന്നതും തികച്ചും ന്യായയുക്തമാണെന്നും അദ്ദേഹം വ്യക്തമാക്കി. അദ്ദേഹം നടത്തിവന്ന പത്രങ്ങളിലും ബന്ധപ്പെട്ട മറ്റ് കാലികങ്ങളിലും ഇക്കാര്യം മറ കൂടാതെ പ്രഖ്യാപിക്കുകയും ചെയ്തിരുന്നു എന്നാൽ ചിലപ്പോഴെല്ലാം സ്റ്റേറ്റ് കോൺഗ്രസ് പ്രചാരവേല പ്രഖ്യാപിത ജനാധിപത്യതത്ത്വങ്ങളെ ഉയർത്തിപ്പിടിക്കുന്നതിനു പകരം സർ. സി പി എന്ന വ്യക്തിയെമാത്രം ലക്ഷ്യമാക്കിക്കൊണ്ടുള്ളതാണോ എന്ന സംശയം അദ്ദേഹം പ്രകടിപ്പിക്കുകയുണ്ടായി. സർ സി പിക്കെതിരെ വ്യക്തിപരമായ ആരോപണങ്ങൾ കൂടി ഉൾപ്പെടുത്തി സ്റ്റേറ്റ് കോൺഗ്രസ് തയ്യാറാക്കി രാജാവിന് സമർപ്പിച്ച കുറ്റപത്രം പിൻവലിക്കണമെന്ന ഗാന്ധിജിയുടെ നിർദ്ദേശം തന്റെ വാദഗതിക്ക് ഉപോൽബലമായി എന്നും വേലുക്കുട്ടി അരയൻ കരുതിക്കാണണം. എന്നാൽ ഈ വിമർശനങ്ങളെ മുൻനിർത്തി വി കെ വേലായുധൻ, പി എൻ കൃഷ്ണപിള്ള, എ നാരായണപിള്ള, കെ സുകുമാരൻ തുടങ്ങിയവരെപ്പോലെ സി പി യുടെ പക്ഷത്തേക്ക് കാലുമാറാൻ വേലുക്കുട്ടി അരയന്റെ ധർമ്മബോധം അദ്ദേഹത്തെ അനുവദിച്ചില്ല. മാത്രമല്ല സമരത്തിൽ ചേർന്നതിന് 1938 ൽ അറസ്റ്റ് ചെയ്യപ്പെടുകയും അദ്ദേഹത്തിന്റെ *അരയൻ* പത്രം നിരോധിക്കപ്പെടുകയും ചെയ്തു. 1921 ൽ ദിവാൻ രാഘവയ്യയുടെ കുപ്രസിദ്ധമായ വിദ്യാർത്ഥിവേട്ടയെ ധീരമായി അപലപിച്ച് എഴുതിയതിന് *അരയന്റെ* ജാമ്യസംഖ്യ കണ്ടുകെട്ടിയതിന് ശേഷം രണ്ടാമത്തെ പ്രഹരമായിരുന്നു 1938 ലേത് (അക്കാലത്ത് അപകടകാരികളെന്ന് സർക്കാരിന് സംശയം തോന്നുന്ന വ്യക്തികളിൽനിന്ന് ജാമ്യമായി ഒരു തുക സർക്കാരിന് കെട്ടിവയ്ക്കണം എന്ന നിബന്ധന ഉണ്ടായിരുന്നു. കേസരി ബാലകൃഷ്ണപിള്ളയുടെയും മറ്റും പത്രങ്ങൾ പലതവണ ജാമ്യസംഖ്യ പിടിച്ചെടുത്ത് പുതിയ ജാമ്യസംഖ്യ കെട്ടിവയ്ക്കാൻ നിർദ്ദേശിക്കപ്പെട്ടതിനെത്തുടർന്ന് അടച്ചുപൂട്ടേണ്ടതായി വന്നിട്ടുണ്ടെന്ന് ഓർക്കുക).

ഈ കാലയളവിൽ തൊഴിലാളി യൂണിയനുകളിലെ പ്രവർത്തനവും വേലുക്കുട്ടി അരയൻ വ്യാപിപ്പിച്ചു. രാഷ്ട്രീയ മേഖലകളിലും ട്രേഡ് യൂണിയൻ മേഖലകളിലും ഈ പഴയ യുക്തിവാദി കമ്യൂണിസ്റ്റുകാരുമായി ഇടപഴകുകയും മാർക്സിസ്റ്റ് ലെനിനിസ്റ്റ് സിദ്ധാന്തം അംഗീകരിക്കുകയും കാലക്രമേണ കമ്യൂണിസ്റ്റ് പാർട്ടിയിൽ അംഗത്വം സ്വീകരിക്കുകയും ചെയ്തു. പാർട്ടിക്കെതിരെയുള്ള ദുരാരോപണങ്ങളോ മർദ്ദന നടപടികളോ അദ്ദേഹത്തെ തെല്ലും തളർത്തിയില്ല. വാസ്തവം പറഞ്ഞാൽ 1908 ൽ 14-ാം വയസ്സിൽ 'വിജ്ഞാനസന്ദായിനി' എന്ന ഗ്രാമീണവായനശാലയുടെ സ്ഥാപനത്തോടുകൂടി ആരംഭിച്ച ഡോ. വേലുക്കുട്ടി അരയന്റെ രാഷ്ട്രീയം- സാമൂഹികം - സാമുദായികം - ശാസ്ത്രീയം തുടങ്ങിയ വിവിധ മേഖലയിലേക്ക് പടർന്നു കയറിയ ചിന്തയും സമരവും യുക്തിയുക്തമായി സാക്ഷാൽക്കരിക്കപ്പെടുകയായിരുന്നു കമ്യൂണിസ്റ്റ് പാർട്ടി അംഗത്വത്തോടുകൂടി. ചുരുങ്ങിയ വാക്കുകളിൽ ഇ

എം എസ് ഈ സയുക്തികമായ പരിണാമത്തെ ഇപ്രകാരം വിശകലനം ചെയ്തു വിലയിരുത്തുന്നു.

> ആ സാമുദായിക പ്രവർത്തനത്തിന്റെ അനുഭവത്തിൽനിന്ന് അദ്ദേഹം രണ്ട് പാഠങ്ങൾ പഠിച്ചു. ഒന്നാമത് പിന്നോക്കജാതിക്കാരുടെ അവശതകൾ പരിഹരിക്കണമെങ്കിൽ മുന്നോക്കക്കാർ ഉൾപ്പെടുന്ന ദേശീയപ്രസ്ഥാനവുമായി അവർ ഇണങ്ങിച്ചേരണം. രണ്ടാമത് ദേശീയപ്രസ്ഥാനത്തിനകത്ത് പ്രവർത്തിക്കുന്ന ഇടതുപക്ഷക്കാരുമായി പിന്നോക്ക ജാതിക്കാർ താദാത്മ്യം പ്രാപിക്കണം. അതായത് പൊതു ദേശീയ പ്രസ്ഥാനത്തിന്റെയും ഇടതുപക്ഷ പ്രസ്ഥാനത്തിന്റെയും ഭാഗമായല്ലാതെ പിന്നോക്കജാതിക്കാർക്ക് പരിഹരിച്ചു കിട്ടേണ്ട പ്രശ്നങ്ങൾ കൈകാര്യം ചെയ്യാനാവില്ല.
>
> പിന്നോക്ക ജാതിക്കാരെ ദേശീയപ്രസ്ഥാനവുമായി ഇണക്കിക്കൊണ്ടുപോകാൻ മുമ്പോട്ടുവന്ന മറ്റൊരു പൊതുജനനേതാവായിരുന്നു ദേശാഭിമാനി ടി കെ മാധവൻ. അദ്ദേഹത്തോട് സഹകരിച്ച് പ്രവർത്തിക്കാൻ തുടങ്ങിയ ഡോ. അരയൻ ദേശീയ നേതാക്കളുടെ ആഭിമുഖ്യത്തിൽ നടന്ന വൈക്കത്തെയും ഗുരുവായൂരിലെയും ക്ഷേത്രസത്യഗ്രഹങ്ങളിൽ പങ്കുകൊണ്ടു. തിരുവിതാംകൂറിൽ സ്റ്റേറ്റ് കോൺഗ്രസ് രൂപപ്പെടുകയും ഉത്തരവാദിത്തഭരണത്തിനു വേണ്ടിയുള്ള പ്രക്ഷോഭം ഇരമ്പിക്കയറുകയും ചെയ്തപ്പോൾ അതിൽ ഡോ. അരയൻ സജീവം പങ്കുകൊണ്ടു. ഇത് അദ്ദേഹത്തെ സംഘടിത തൊഴിലാളി പ്രസ്ഥാനത്തിലേക്ക് നയിച്ചു. 1940 ൽ നടന്ന ഐതിഹാസികമായ നാവികത്തൊഴിലാളി സമരത്തോടനുബന്ധിച്ച് അദ്ദേഹം അറസ്റ്റ് ചെയ്യപ്പെട്ടു. പിന്നീട് 1946 ൽ പുന്നപ്രവയലാർ സമരം നടന്നപ്പോൾ അതിന്റെ വിജയത്തിനുവേണ്ടി പ്രവർത്തിച്ച അദ്ദേഹത്തിന് ഒളിവിൽ കഴിയേണ്ടിവന്നു. ഈ പ്രവർത്തനങ്ങളുടെ പരിണാമമാണ് 1948 ൽ തിരുവിതാംകൂർ അസംബ്ലിയിലേക്ക് തിരഞ്ഞെടുപ്പ് നടന്നപ്പോൾ കരുനാഗപ്പള്ളി ഒന്നാം നിയോജകമണ്ഡലത്തിൽനിന്നും കമ്യൂണിസ്റ്റ് സ്ഥാനാർത്ഥിയായി മത്സരിച്ച സംഭവം (*ദേശാഭിമാനി വാരിക* മേയ് 1994).

ശാസ്ത്രവും ആസൂത്രണവും

ഏതൊരു മഹനീയ ലക്ഷ്യത്തിനുവേണ്ടി തന്റെ സമകാലികരേക്കാൾ ദീർഘദൃഷ്ടിയോടും ആദർശപ്രതിബദ്ധതയോടും കൂടി യൗവനാരംഭം മുതൽ ഡോ.വേലുക്കുട്ടി അരയൻ പരിശ്രമിച്ചുവോ ആ സ്വതന്ത്ര ഭാരതത്തിൽ 22 വർഷം ജീവിക്കാൻ അദ്ദേഹത്തിന് ഭാഗ്യം ലഭിച്ചു. 1969 മേയ് 31 ന് അദ്ദേഹം നിര്യാതനാവുമ്പോഴേക്കും കേരളം രൂപം കൊള്ളു

കയും 2 തവണ ഇ എം എസ് മന്ത്രിസഭ അധികാരത്തിൽ വരികയും ചെയ്തു കഴിഞ്ഞിരുന്നു. സ്വാഭാവികമായും സ്വാതന്ത്രഭാരതത്തിന്റെ നേട്ടങ്ങളും നടപടികളും വേലുക്കുട്ടി അരയനെ തൃപ്തിപ്പെടുത്തിയിരുന്നില്ല. അദ്ദേഹം ഏറെ പ്രതീക്ഷകൾ അർപ്പിച്ചിരുന്ന ഒന്നാമത്തെയും രണ്ടാമത്തെയും ഇ എം എസ് മന്ത്രിസഭകളാകട്ടെ സ്ഥാപിത താല്പര്യക്കാരുടെയും വർഗ്ഗീയവാദികളുടെയും കുതികാൽവെട്ടികളുടെയും ഉപജാപം മൂലം കാലാവധി തികയ്ക്കാതെ കടന്നുപോവുകയും ചെയ്തു. ഒന്നാമത്തെ കമ്യൂണിസ്റ്റ് മന്ത്രിസഭയ്ക്ക് എതിരായി നടന്ന ഭരണഘടനാവിരുദ്ധമായ കലാപത്തെ ശക്തിയുക്തം എതിർക്കാൻ ഓടി നടന്ന് പ്രചാരവേല ചെയ്ത ആദർശവാനായിരുന്നു ഡോ. വേലുക്കുട്ടി അരയൻ.

ഭരണത്തെ സംബന്ധിച്ചും ഭരണപരിഷ്കാരങ്ങളെ സംബന്ധിച്ചും വ്യക്തമായ അഭിപ്രായങ്ങൾ ഉണ്ടായിരുന്ന വേലുക്കുട്ടി അരയന്റെ ചില ചിന്താ സമ്മാനങ്ങൾ വ്യക്തമായ പദ്ധതികളായി സർക്കാരുകൾക്ക് മുമ്പിൽ അദ്ദേഹം അവതരിപ്പിച്ചിട്ടുണ്ട്. അദ്ദേഹത്തിന് 30 വയസ്സ് മാത്രം പ്രായമായിരുന്നപ്പോഴാണ് ശാസ്താംകോട്ട ശുദ്ധജലതടാകത്തിൽനിന്നും ജലം സംഭരിച്ച് ശുദ്ധജലക്ഷാമമുള്ള തീരപ്രദേശങ്ങളിൽ എത്തിക്കുവാൻ ഉതകുന്ന കാര്യക്ഷമമായ ഒരു പദ്ധതി ആവിഷ്കരിച്ച് അന്ന് നാടുവാണിരുന്ന റീജന്റ് ലക്ഷ്മീഭായിമഹാറാണിക്ക് സമർപ്പിച്ചത്. അതിൻ പ്രകാരമുള്ള നടപടികൾ അന്ന് ആരംഭിച്ചില്ലെങ്കിലും പില്ക്കാലത്ത് ശാസ്താംകോട്ട കായൽ സംരക്ഷിക്കുന്നതും അതിലെ ശുദ്ധജലം ഉപയോഗപ്രദമാക്കുന്നതിനും ശ്രമിച്ചവർക്കൊക്കെ ഡോ. വേലുക്കുട്ടി അരയന്റെ പദ്ധതി സഹായകരമായിട്ടുണ്ട്

1945 മുതൽ മത്സ്യബന്ധനം, തുണിവ്യവസായം മുതലായവ സംബന്ധിച്ച പല സർക്കാർ സമിതികളിലും അംഗമായിരുന്നുകൊണ്ട് വിദഗ്ദ്ധസേവനം നടത്തിയിരുന്ന അദ്ദേഹം, പല ശാസ്ത്രീയ പദ്ധതികളും ഈ രംഗങ്ങളുടെ വികസനത്തിനായി ആവിഷ്കരിച്ച് സമർപ്പിച്ചിട്ടുണ്ട്. അവയിൽ പലതും ഈ സമിതികളുടെ മിനിട്സ് ബുക്കുകളിൽ ഉറങ്ങുകയായിരിക്കും. എങ്കിലും ചിലതൊക്കെ വെളിച്ചം കണ്ടിട്ടുണ്ട്. അവയിലൊന്നാണ് ഇൻലാന്റ് ഫിഷറീസ് സ്കീം അഥവാ ഉൾനാടൻ മത്സ്യകൃഷി സംബന്ധിച്ച പദ്ധതി. പില്ക്കാലത്ത് ചില സർക്കാരുകൾ ഉൾനാടൻ മത്സ്യകൃഷി ഗൗരവപൂർവ്വം പരിഗണിക്കുകയും പതിവുപോലെ ആരംഭശൂരത്വത്തോടുകൂടി തുടങ്ങി പൂർത്തിയാക്കാതെ ഉപേക്ഷിക്കുകയുമെല്ലാം ചെയ്തിട്ടുണ്ടെങ്കിലും അവർക്കെല്ലാം വേലുക്കുട്ടി അരയന്റെ പ്രാഥമിക രേഖ വഴികാട്ടിയായി. ഇപ്പോഴും പരിഗണനനാർഹമായ ഒരു വൻ പദ്ധതിയായി അത് അവശേഷിക്കുന്നു.

1948 ൽ ആരംഭിക്കുകയും കുറെക്കാലം നടത്തിയശേഷം നിന്നുപോകുകയും ചെയ്ത ഒരു കാലികമാണ് ഡോ.വേലുക്കുട്ടി അരയന്റെ *ഫിഷറീസ് മാഗസിൻ*. മത്സ്യബന്ധനവും തീരദേശ സംരക്ഷണവും മറ്റും സംബന്ധിച്ച് നിരവധി മൗലിക ലേഖനങ്ങൾകൊണ്ട് സമ്പന്നമായിരുന്നു

ഈ മാഗസിൻ. ഇപ്പോഴും അതിന്റെ പഴയ പ്രതികൾ കൈവശമുള്ളവർക്ക് അതു വിലപ്പെട്ട ഒരു ആസൂത്രണ വിജ്ഞാനശേഖരമായി ഉപയോഗിക്കാം. ആദ്യം ഈ കാലികത്തിലൂടെ പുറത്തുവരികയും പിന്നീട് ഒരു ശാസ്ത്രീയ നിവേദന പ്രബന്ധമായി സർക്കാരിന് സമർപ്പിക്കുകയും ചെയ്ത വേലുക്കുട്ടി അരയന്റെ തീരദേശ പുനർനിർമ്മാണപദ്ധതി (ലാന്റ് റിക്ലമേഷൻ സ്കീം) ഇപ്പോഴും പരിഗണനാർഹമാണ്. 1952 ൽ വേലുക്കുട്ടി അരയൻ അന്നത്തെ തിരു-കൊച്ചി സർക്കാരിന് സമർപ്പിച്ച ഈ പദ്ധതി പ്രകാരം, വൻ ചെലവ് ചെയ്ത് സുരക്ഷിതമല്ലാത്ത കരിങ്കൽ ഭിത്തികൾ കടലിൽ കെട്ടുന്നതിന് പകരം പ്രകൃതിയുമായി യോജിച്ചു പോവുന്ന ഒരു സംവിധാനം സൃഷ്ടിക്കാൻ കഴിയും. വേലുക്കുട്ടി അരയന്റെ ഭാഷയിൽ

> റെക്ലമേഷൻ പദ്ധതി സ്വീകരിച്ചാൽ, കടലാക്രമണം തടയുകയും നഷ്ടപ്പെട്ട ഭൂമി വീണ്ടെടുക്കുകയുമെന്ന ലക്ഷ്യത്തിലെത്തിച്ചേരുന്നതു കൂടാതെ, പല ജീവൽപ്രശ്നങ്ങളും പരിഹൃതമാകുകയും ചെയ്യും. ഒന്നാമത് കുടിക്കുവാനുള്ള ശുദ്ധജലം തിരിച്ചു കിട്ടും. ഭൂരഹിതർക്ക് കുടികിടപ്പിനും മീൻപിടുത്തകാർക്ക് വള്ളങ്ങളും വലകളും മറ്റും വച്ചു സൂക്ഷിക്കുന്നതിനും ഉണക്കിയെടുക്കുന്നതിനും മറ്റുമുള്ള സൗകര്യങ്ങൾ വിണ്ടുകിട്ടും. കടൽ കുഴിച്ച് മണ്ണെടുക്കുമ്പോൾ കടലിന് താഴ്ച കൂടുന്നതുകൊണ്ട് തീരം ശാന്തമാകും. സൂര്യതാപം കൊണ്ട് അവിടത്തെ ജലം ചൂടുപിടിക്കുന്നതിനാൽ മത്സ്യം താവളം കെട്ടിക്കിടക്കുന്നതിനും ഇടവരുന്നു. അപ്പോൾ മീൻപിടിത്തം സുഖകരമായിത്തീരും (കേരള കൗമുദി).

ഈ പദ്ധതിയിൽ ഒറ്റനോട്ടത്തിൽത്തന്നെ നമ്മെ ആകർഷിക്കുന്ന ഘടകം അത് പ്രകൃതി നിയമങ്ങളും സാഹചര്യങ്ങളുമായി ഒത്തുപോകുന്നു എന്നതാണ്. പ്രകൃതി നിയമത്തിന്റെമേൽ കൈയേറ്റം നടത്തുന്ന പദ്ധതികൾ താൽക്കാലികമായി ലക്ഷ്യപ്രാപ്തിക്കുതകിയാലും പിന്നീടത് കൂടുതൽ വിനാശകരമായ ഫലമായിരിക്കും സൃഷ്ടിക്കുക എന്ന ആധുനിക കണ്ടെത്തൽ ഉൾക്കാഴ്ചകൊണ്ട് അക്കാലത്ത് തന്നെ അരയന് ബോദ്ധ്യപ്പെട്ടിരിക്കുന്നു എന്നുവ്യക്തം. വേലുക്കുട്ടി അരയന്റെ ഈ പദ്ധതിയെ സംരക്ഷിക്കാനുള്ള കണ്ടൽക്കാട് വച്ചു പിടിപ്പിക്കൽ പരിപാടിയും വളരെ ദീർഘദൃഷ്ടിയോടെ പരിസ്ഥിതി സംരക്ഷണത്തിന് ഉതകുംവിധം ആവിഷ്കരിച്ചതാണ്. വേലുക്കുട്ടി അരയൻ ഈ പദ്ധതി ആവിഷ്കരിക്കുന്നതിന് പതിനഞ്ചോ ഇരുപതോ വർഷങ്ങൾക്ക് മുമ്പാണ് ബ്രിട്ടീഷ് കുത്തക കമ്പനിയായ ബ്രൂക്ക് ബോണ്ടിന് കാപ്പിത്തോട്ടം നിർമ്മിക്കാൻ സഹ്യപർവ്വത സാനുക്കളിലെ വിശാലമായ ചില വനപ്രദേശങ്ങൾ വിട്ടുകൊടുക്കാനുള്ള നിർദ്ദേശം വന്നതും അതിനെതിരെ ഉയർന്നുവന്ന ബഹുജനരോഷത്തെ തുടർന്ന് സർക്കാർ അത് വേണ്ടെന്ന് വച്ചതും. പില്ക്കാലത്ത് പ്രഥമ കമ്യൂണിസ്റ്റ് മന്ത്രിസഭയിൽ ആരോഗ്യവകുപ്പ്

മന്ത്രിയായിരുന്ന ഡോ. എ ആർ മേനോന്റെയും മറ്റും നേതൃത്വത്തിൽ തിരുവിതാംകൂറിലും കൊച്ചിയിലും ബ്രൂക്ക്ബോണ്ട് വനനശീകരണ പദ്ധതിക്കെതിരെ നടന്ന പ്രക്ഷോഭണത്തിൽ ലേഖനങ്ങൾ വഴിയും വേലുക്കുട്ടി അരയനും പങ്കാളിയായിരുന്നു എന്നത് ഈ സന്ദർഭത്തിൽ സ്മരണീയമാണ്. 1921-ൽ, സ്റ്റോക്ക്ഹോമിൽ വച്ച് ഐക്യരാഷ്ട്രസഭയുടെ ആഭിമുഖ്യത്തിൽ ചേർന്ന ലോക പരിസ്ഥിതി സംരക്ഷണസമ്മേളനത്തെത്തുടർന്ന് ആഗോള വ്യാപകമായി പരിസ്ഥിതി സംരക്ഷണത്തിനും വനനശീകരണ നിരോധനത്തിനും വായു-ജലമലിനീകരണ സംരംഭങ്ങൾക്കും എതിരായും പൊതുജനാഭിപ്രായം വളർന്നു വരുന്നുണ്ടെങ്കിലും ഇപ്പോഴും ഈ പ്രശ്നങ്ങളിൽ പരിസ്ഥിതി വിരുദ്ധ നിലപാടുകൾ സ്വീകരിക്കുന്നവർ ഭരണരംഗത്തും ഉണ്ട്. 1930 കളിലും 1950 കളിലും ഈ പ്രശ്നത്തിന്റെ ഗൗരവം മനസ്സിലാക്കാൻ കഴിഞ്ഞു എന്നത് വേലുക്കുട്ടി അരയന്റെ ശാസ്ത്രബോധത്തിന്റെയും മാനവിക പ്രതിബദ്ധതയുടെയും ഉത്തമനിദർശനമാണ്.

സാഹിത്യവും കലയും പത്രവും

നേരത്തെ സൂചിപ്പിച്ചതുപോലെ പത്രപ്രവർത്തനവും ലേഖനവിദ്യയും വേലുക്കുട്ടി അരയന്റെ ആജീവനാന്ത അഭിനിവേശങ്ങളിൽ ഒന്നായിരുന്നു. 1917 ൽ 23-ാമത്തെ വയസ്സിൽ *അരയൻ* എന്ന മാസിക ആരംഭിച്ചതിന് ശേഷം എത്രയെത്ര പത്രങ്ങളും മാസികകളും വാരികകളുമായിട്ടാണ് പത്രാധിപർ, പത്രാധിപസമിതി അംഗം, ലേഖകൻ എന്നീ നിലകളിൽ വേലുക്കുട്ടി അരയൻ ബന്ധപ്പെട്ടിട്ടുള്ളതെന്ന് കണക്കെടുക്കാൻ തന്നെ പ്രയാസമാണ്. *അരയന്* പുറമെ *ധർമ്മപോഷിണി* വാരിക *ഫിഷറീസ്* മാഗസിൻ, *സമാധാനം* മാസിക, *തീരദേശം* വാരിക, *കലാകേരളം* മാസിക, *ചിരി* മാസിക, *അരയ സ്ത്രീജന* മാസിക എന്നിങ്ങനെ പോകുന്നു ആ നീണ്ട പട്ടിക, ഈ മാസികകളിൽ ശാസ്ത്രയുക്തവും പൊതുജനകാര്യപ്രസക്തവും മറ്റുമായ ലേഖനങ്ങൾക്കു പുറമേ കവിതയും കഥയും സാഹിത്യനിരൂപണവും നാടകവും ഉൾപ്പെടെ ഒട്ടനവധി ഗദ്യപദ്യകൃതികൾ വേലുക്കുട്ടി അരയൻ പ്രസിദ്ധീകരിച്ചിട്ടുണ്ട്. അദ്ദേഹത്തിന്റെ അച്ചടിച്ച ആദ്യത്തെ കൃതി 13-ാം വയസ്സിലെഴുതിയ *കിരാതാർജ്ജുനീയ*വും അച്ചടിച്ച അടുത്ത കവിത 14-ാം വയസ്സിലെഴുതിയ *ഓണം ഡേ* യും ആണെന്നു കാണുന്നു. കാവ്യങ്ങൾക്കും നിരൂപണങ്ങൾക്കും നാടകങ്ങൾക്കും പുറമേ സാഹിത്യസിദ്ധാന്തം സംബന്ധിച്ച *രസലക്ഷണസമുച്ചയ*വും *വാസവദത്താനിർവ്വാണം* എന്ന ആട്ടകഥയും *കുറുക്കൻ കഥകൾ* എന്ന ബാലസാഹിത്യകൃതിയും അദ്ദേഹത്തിന്റേതായി ഉണ്ട്. മഹാകവി കാളിദാസന്റെ *രഘുവംശ*ത്തിന്റെ വിവർത്തനവും വേലുക്കുട്ടി അരയൻ നിർവ്വഹിച്ചു.

ത്രിവിക്രമൻ, വജ്രസൂചി, ആലപ്പാടൻ, ചക്ഷുശ്രവണൻ, ആലപ്പാട്ടു ബാലൻ, കുംഭാണ്ഡൻ, ചെമ്മാന്ത്രം, മണി തുടങ്ങി നിരവധി തൂലികാ

നാമങ്ങളിലും വളരെയേറെ എഴുതിയിട്ടുള്ള അദ്ദേഹം മഹാകവി കൊടുങ്ങല്ലൂർ കുഞ്ഞിക്കുട്ടൻ തമ്പുരാനെപ്പോലെ ദ്രുതകവിതാ രചനയിലും വിദഗ്ദ്ധനായിരുന്നു എന്ന് അദ്ദേഹത്തിന്റെ ചില സഹപ്രവർത്തകർ രേഖപ്പെടുത്തുന്നു.

കവിതയും കഥകളും നാടകങ്ങളും രചിക്കുന്നതിന് പുറമെ കലാപ്രകടനങ്ങൾ സംഘടിപ്പിക്കുന്നതിലും കലാസമിതികൾ നടത്തുന്നതിലും രംഗകലകൾ അവതരിപ്പിക്കുന്നതിലും വലിയ കമ്പമായിരുന്നു ഡോ. അരയന്. അദ്ദേഹത്തിന്റെ നേതൃത്വത്തിൽ കഥകളി സംഘം, നാടകശാല തുടങ്ങിയവയും പ്രവർത്തിച്ചിരുന്നു.

ചെറിയഴീക്കലിൽ അദ്ദേഹം സ്ഥാപിച്ച സ്കൂൾ പിന്നീട് സർക്കാരിന് വിട്ടുകൊടുത്ത് അദ്ദേഹം മാതൃക കാണിക്കുകയും ചെയ്തു. മത്സ്യബന്ധനത്തിൽ ഏർപ്പെട്ടവർക്ക് നിശാപാഠശാലകൾ സ്ഥാപിച്ച് അക്ഷരവിദ്യ നല്കാൻ അദ്ദേഹം പല ശ്രമങ്ങൾ നടത്തിയിട്ടുണ്ട്.

‘ ബഹുമുഖ പ്രതിഭ’ എന്നും ‘ നവോത്ഥാന നായകൻ’ എന്നും മറ്റുമുള്ള പ്രയോഗങ്ങൾ ചിരപരിചയം കൊണ്ട് തേയ്മാനം വന്നവയെങ്കിലും മറ്റെന്ത് വിശേഷണങ്ങൾ കൊണ്ടാണ് ഈ അനന്യസാധാരണനായ പ്രതിഭാശാലിയെയും പ്രക്ഷോഭകാരിയെയും ജനനായകനെയും വിശേഷിപ്പിക്കുക.

അറിയപ്പെടാതെ പോയ സാമൂഹ്യ പരിഷ്കർത്താവ്

പിണറായി വിജയൻ

അന്ധവിശ്വാസങ്ങളും അനാചാരങ്ങളും നിറഞ്ഞുനിന്ന സമൂഹത്തെ കണ്ടിട്ടാണ് സ്വാമി വിവേകാനന്ദൻ കേരളത്തെ ഭ്രാന്താലയം എന്നു വിശേഷിപ്പിച്ചത്. ഈ ദൗർബല്യം ഏറക്കുറെ പരിഹരിച്ച് കേരളം ഇന്ന് സാമൂഹികമായി ഇന്ത്യയിലെ ഏറ്റവും മുന്നോക്കം എത്തിനില്ക്കുന്ന സംസ്ഥാനമായി രൂപാന്തരപ്പെട്ടിരിക്കുന്നു. നവോത്ഥാനം ഉഴുത് മറിച്ച മണ്ണിൽ കമ്യൂണിസ്റ്റ് പ്രസ്ഥാനം നടത്തിയ പോരാട്ടങ്ങളാണ് ഈ പരിവർത്തനം സാദ്ധ്യമാക്കിയത്. ഇത്തരം മാറ്റത്തിന് തുടക്കം കുറിച്ച നിരവധി നവോത്ഥാനപ്രസ്ഥാനങ്ങളും നവോത്ഥാന നായകന്മാരുണ്ട്. ഒപ്പം സാമൂഹിക പരിഷ്കരണത്തെ രാഷ്ട്രീയ പ്രവർത്തനവുമായി കണ്ണിചേർത്ത് മുന്നോട്ടു പോയവരും ഉണ്ടായിട്ടുണ്ട്. അത്തരം കാഴ്ചപ്പാടോടെ പ്രവർത്തിച്ച വ്യക്തിയാണ് ഡോ. വേലുക്കുട്ടി അരയൻ. അദ്ദേഹത്തിന്റെ പൊതുജീവിതം പരിശോധിച്ചാൽ ഈ വസ്തുത മനസ്സിലാകും.

അക്കാലത്തെ രാഷ്ട്രീയ പ്രവർത്തകരിൽ പലരും സ്വന്തം സമുദായത്തിലെ തിന്മകൾക്കെതിരായുള്ള സമരത്തിലൂടെയാണ് രാഷ്ട്രീയ പ്രവർത്തനരംഗത്തേക്ക് കടന്നുവന്നിട്ടുള്ളത്. ഈ സവിശേഷത ഡോ. വേലുക്കുട്ടി അരയനും ബാധകമാണ്. 1919 ൽ സമസ്തകേരളീയ അരയ മഹാജനയോഗം എന്ന പേരിൽ കേരളാടിസ്ഥാനത്തിൽ ഒരു സംഘടന അദ്ദേഹം രൂപീകരിച്ചു. അതിന്റെ ജനറൽ സെക്രട്ടറിയായി 1959 വരെ അദ്ദേഹം പ്രവർത്തിക്കുകയും ചെയ്തു. ഐക്യകേരളം രൂപപ്പെടുന്നതിന് മുമ്പാണ് കേരളത്തിന് പൊതുവായി ഇത്തരമൊരു സംഘടന ഉണ്ടാക്കിയതെന്നതും ശ്രദ്ധേയമാണ്. പിന്നീട് അവശതയും അയിത്തവും അനുഭവിച്ചിരുന്ന അസംഘടിതരായ അവർണ്ണ ഹിന്ദുസംഘടനകളെ കൂട്ടിയോജിപ്പിച്ച് എസ് എൻ ഡി പി യോഗത്തിന്റെ ആഭിമുഖ്യത്തിൽ 1924 ൽ

അവർണ്ണ ഹിന്ദു മഹാസഭ രൂപീകരിച്ചപ്പോൾ സ്ഥാപക സെക്രട്ടറിയായി തിരഞ്ഞെടുക്കപ്പെട്ടത് ഡോക്ടർ വേലുക്കുട്ടി അരയനെയായിരുന്നു. അതിനുശേഷമുള്ള ക്ഷേത്രപ്രവേശനസമരം ഏറ്റെടുത്തു നടത്തിയത് അവർണ്ണഹിന്ദു സഭയാണ്. വൈക്കം, ഗുരുവായൂർ, സത്യഗ്രഹ പ്രവർത്തനത്തിലും അദ്ദേഹം സജീവമായി ഏർപ്പെട്ടിരുന്നു.

സാമൂഹിക പരിഷ്കരണപ്രസ്ഥാനത്തിൽ പ്രവർത്തിക്കുമ്പോൾ തന്നെ ദേശീയ പ്രസ്ഥാനത്തിലേക്ക് അദ്ദേഹം പ്രവർത്തനം വ്യാപിപ്പിച്ചു. ദേശീയപ്രസ്ഥാനത്തിന്റെ തിരുവിതാംകൂറിലെ ഒരു സജീവപ്രവർത്തകൻ എന്ന നിലയിലുള്ള വ്യക്തിമുദ്രയും അദ്ദേഹം പതിപ്പിച്ചിരുന്നു. തുടർന്നാണ് തൊഴിലാളി സംഘടനാ പ്രവർത്തനത്തിൽ അദ്ദേഹം മുഴുകുന്നത്. തിരുവിതാംകൂർ നാവികത്തൊഴിലാളി സംഘം എന്ന ആദ്യ ട്രേഡ് യൂണിയന്റെ രൂപീകരണത്തിൽ സുപ്രധാന പങ്കു വഹിച്ച വേലുക്കുട്ടി അരയനായിരുന്നു സംഘടനയുടെ ആദ്യ ലീഡിങ് ഡയറക്ടർ. (ജി രാമമേനോൻ പ്രസിഡന്റും കുമ്പളത്തു ശങ്കുപിള്ള വൈസ് പ്രസിഡന്റും എം കെ രാമൻ സെക്രട്ടറിയും ആയിരുന്നു). സംഘടനയ്ക്കു നാമകരണം ചെയ്തതും തൊഴിലാളികളുടെ അവകാശങ്ങളടങ്ങിയ മെമ്മോറിയൽ തയ്യാറാക്കിയതും സർ. സി പി ക്കെതിരായ നാവികത്തൊഴിലാളി സമരത്തിന് നേതൃത്വം കൊടുത്തതും ഡോക്ടർ വേലുക്കുട്ടി അരയനാണെന്ന് ആദ്യകാല രേഖകൾ വെളിപ്പെടുത്തുന്നു. തിരുവിതാംകൂർ മിനറൽ വർക്കേഴ്സ് യൂണിയൻ, തിരുവിതാകൂർ മത്സ്യത്തൊഴിലാളി യൂണിയൻ, പോർട്ട് വർക്കേഴ്സ് യൂണിയൻ എന്നിവയുടെ സ്ഥാപകനേതാവെന്ന നിലയിൽ തൊഴിലാളി പ്രസ്ഥാനത്തിലും അദ്ദേഹം സജീവമായി, തുടർന്നാണ് കമ്യൂണിസ്റ്റ് പാർട്ടിയുടെ പ്രവർത്തകനായി അദ്ദേഹം മാറുന്നത്. 1948ൽ നടന്ന അസംബ്ലി തിരഞ്ഞെടുപ്പിൽ കരുനാഗപ്പള്ളി ഒന്നാം നിയോജകമണ്ഡലത്തിൽ കമ്യൂണിസ്റ്റ് പാർട്ടിയുടെ സ്ഥാനാർത്ഥിയായി അദ്ദേഹം മത്സരിച്ചു.

സാമുദായിക പ്രസ്ഥാനത്തെ സംഘടിപ്പിക്കുന്ന ആദ്യഘട്ടം പിന്നിട്ട് ദേശീയ സ്വാതന്ത്ര്യപ്രസ്ഥാനത്തിലും തുടർന്ന് തൊഴിലാളിവർഗ്ഗത്തെയാകമാനം സംഘടിപ്പിക്കുന്ന വർഗ്ഗസമുദായത്തിലേക്കും അദ്ദേഹം എത്തിച്ചേർന്നു. സാമൂഹ്യ നവോത്ഥാനം ശരിയായ അർത്ഥത്തിൽ മുന്നോട്ടു പോകണമെങ്കിൽ കമ്യൂണിസ്റ്റ് പ്രസ്ഥാനം ശക്തി പ്രാപിക്കുകയാണ് വേണ്ടതെന്ന രാഷ്ട്രീയത്തെ മനസ്സിലാക്കുകയും അതനുസരിച്ച് പ്രവർത്തിക്കുകയും ചെയ്ത ഡോ. വേലുക്കുട്ടി അരയന്റെ നിലപാട് ഇന്നും പ്രസക്തമാണ്.

രാഷ്ട്രീയപ്രസ്ഥാനത്തിൽ സജീവമായി പ്രവർത്തിക്കുമ്പോൾ തന്നെ മറ്റു നിരവധി മേഖലകളിൽ അദ്ദേഹം ശ്രദ്ധ പതിപ്പിച്ചു. പൊതുവായ രാഷ്ട്രീയ പ്രവർത്തനങ്ങളിൽ പങ്കാളിയാകുമ്പോഴും തന്റെ ചുറ്റുപാടുമുള്ള ജനതയ്ക്ക് ആശ്വാസകരമാകുന്ന പ്രവർത്തനങ്ങളിൽ ഡോക്ടർ മുഴുകിയിരുന്നു. മത്സ്യമേഖലയെ മാത്രം ഉൾപ്പെടുത്തി ഇന്ത്യ

യിലാദ്യമായി മത്സ്യബന്ധനോപകരണങ്ങളുടെയും കടൽ വസ്തുക്കളുടെയും പ്രദർശനം 1927 ൽ ഇദ്ദേഹം നടത്തുകയുണ്ടായി. കൊടും ക്ഷാമകാലത്തെ അതിജീവിക്കുവാൻ മത്സ്യത്തൊഴിലാളി മേഖലയിൽ സ്ത്രീകളടക്കം നവീനതൊഴിലുകൾ പരിശീലിപ്പിക്കുന്നതിനും പ്രാപ്തരാക്കുന്നതിനും വേലുക്കുട്ടി അരയൻ നടത്തിയിരുന്ന പരിശ്രമങ്ങൾ കേരളത്തിന്റെ തീരത്താകെ വമ്പിച്ച പരിവർത്തനത്തിനു തുടക്കമായി. 'ക്ഷമനിവാരണോപായം' എന്ന പേരിൽ അദ്ദേഹം മത്സ്യമേഖലയിൽ പുറത്തിറക്കികൊണ്ടിരുന്ന നിരവധി ലഘുലേഖകളും അദ്ദേഹത്തിന്റെ പ്രസിദ്ധീകരണങ്ങളായ *അരയൻ* പത്രം, കേരളത്തിലെ ആദ്യത്തെ *ഫിഷറീസ്* മാഗസിൻ, *തീരദേശം സ്ത്രീജന*മാസിക തുടങ്ങിയവയിലൂടെ നടത്തിയ അവകാശ പ്രഖ്യാപനങ്ങളും പ്രചാരവേലകളും ഡോക്ടറിലെ മനുഷ്യസ്നേഹത്തിന്റെയും സാമൂഹ്യ പ്രതിബദ്ധതയുടെയും ഉത്തമ നിദർശനങ്ങളാണ്. മത്സ്യത്തൊഴിലാളികളുടെ ജീവിതം മെച്ചപ്പെടുത്തിയെടുക്കുന്നതിന്റെ ഭാഗമായി ഗവൺമെന്റിന്റെ തെറ്റായ നയങ്ങൾക്കെതിരായി സമരം ചെയ്യുമ്പോഴും അവർക്ക് ആശ്വാസകരമായ പ്രവർത്തനങ്ങളെ കൂട്ടിയോജിപ്പിച്ചുപോന്നതും എടുത്തുപറയേണ്ടതാണ്. ആധുനിക മത്സ്യബന്ധനരീതികളെക്കുറിച്ച് തൊഴിലാളികൾക്ക് പരിചയം നല്കുന്ന കാര്യത്തിലും ഇദ്ദേഹത്തിന്റെ മുൻകൈ സ്മരണീയമാണ്.

പത്രപ്രവർത്തനരംഗത്ത് അദ്ദേഹം സജീവമായിരുന്ന മലയാളത്തിലെ ആദ്യകാലത്തെ പ്രമുഖനായ പത്രാധിപരും പത്രയുടമയുമായിരുന്നു ഡോ. വേലുക്കുട്ടി അരയൻ. ഈ പത്രം അന്ധവിശ്വാസങ്ങൾക്കും അനാചാരങ്ങൾക്കും ബ്രിട്ടീഷ് സ്വേച്ഛാധിപത്യത്തിനും ദിവാന്റെ ദുർഭരണത്തിനുമെതിരെ ശക്തമായ പ്രതികരണം വളർത്തിക്കൊണ്ടുവന്നു. ഗോസിപ്പുകളും നുണകളും പടച്ചുവിടുന്നതാണ് പത്രധർമ്മമെന്ന കാഴ്ചപ്പാട് പത്രപ്രവർത്തന ശൈലിയിൽ നിന്ന് നമുക്ക് പലതും മനസ്സിലാക്കാനുണ്ട്. 1921 ൽ തിരുവനന്തപുരം മഹാരാജാസ് കോളേജിൽ കുതിരപ്പട്ടാളത്തെക്കൊണ്ട് സ്വാതന്ത്ര്യദാഹികളായ വിദ്യാർത്ഥികളെ തല്ലിച്ചതച്ചപ്പോൾ അതിനെതിരെ ശക്തമായി എഡിറ്റോറിയൽ എഴുതി പ്രതികരിച്ച ഏകപത്രം *അരയൻ* ആയിരുന്നു (പിന്നീട് ആ എഡിറ്റോറിയൽ ജി രാമമേനോൻ *മാൻകില്ലിങ്* എന്ന പേരിൽ പരിഭാഷപ്പെടുത്തി പ്രസിദ്ധീകരിച്ചു). അതിന്റെ പേരിൽ *അരയൻ* പത്രം കണ്ടുകെട്ടുകയും നോമിനേറ്റ് ചെയ്യപ്പെട്ട നിയമസഭാ സാമാജിക ലിസ്റ്റിൽ നിന്ന് ഡോ. വേലുക്കുട്ടി അരയന്റെ പേര് ഒഴിവാക്കുകയും ചെയ്തിട്ടും അദ്ദേഹം നിർഭയം പത്രപ്രവർത്തനം തുടർന്നു. ഗാന്ധിജി അറസ്റ്റിലായപ്പോഴും യുദ്ധക്കെടുതിയുടെ മഹാക്ഷാമമുണ്ടായപ്പോഴും ക്ഷേത്രപ്രവേശനം താഴ്ന്ന ജാതിക്കാർക്കു നിഷേധിച്ചപ്പോഴും മഹാകവി കുമാരനാശാന്റെ *ദുരവസ്ഥ* എന്ന കൃതിക്കെതിരെ പലരും വിമർശനം അഴിച്ചു വിട്ടപ്പോഴും ഒക്കെ അദ്ദേഹം എഴുതിയ മുഖപ്രസംഗങ്ങൾ പത്രാധിപരുടെ ധീരതയുടെ വിളംബരങ്ങളാണ്. രണ്ടാം ലോകമഹായുദ്ധത്തിനു ശേഷം യുദ്ധത്തിനെതിരെ *സമാ*

ധാനം എന്ന പേരിൽ ഒരു മാസിക അദ്ദേഹം ആരംഭിച്ചിരുന്നു. കൂടാതെ സിനിമാ മാസികകളിലൊന്നായ *അരയസ്ത്രീജനമാസിക,* ആദ്യത്തെ സിനിമാ മാസികകളിലൊന്നായ *ഫിലിംഫാൻ,* ആദ്യത്തെ വിനോദ മാസികകളിലൊന്നായ ചിരി, ആദ്യത്തെ കലാമാസികകളിലൊന്നായ *കലാകേരളം,* ആദ്യത്തെ തീരദേശവാരികകളിലൊന്നായ *തീരദേശം* തുടങ്ങിയവയും ഡോക്ടർ വേലുക്കുട്ടി അരയന്റെ പ്രസിദ്ധീകരണങ്ങളിൽപ്പെടുന്നു.

സാഹിത്യരംഗത്താകട്ടെ എല്ലാ ശാഖകളിലും പദ്യത്തിലും ഗദ്യത്തിലും ഒരുപോലെ പ്രാവീണ്യം തെളിയിച്ച എഴുത്തുകാരനായിരുന്നു വേലുക്കുട്ടി അരയൻ. അദ്ദേഹത്തിന്റെ *ചെമ്മീൻ* നിരൂപണം പ്രസിദ്ധമാണല്ലോ. കലാരംഗത്തും അദ്ദേഹം മികച്ച സംഭാവനങ്ങൾ നല്കി. കേരളത്തിലെ പ്രഗത്ഭരായ കലാകാരന്മാരെ പങ്കെടുപ്പിച്ച് നിരവധി കലോത്സവങ്ങൾ അദ്ദേഹം സംഘടിപ്പിച്ചിരുന്നു. അഭിനേതാക്കൾക്ക് ഏറെ പ്രയോജനകരമായ *രസലക്ഷണസമുച്ചയം* എന്ന കൃതിയും നിരവധി സാമൂഹ്യ-ആക്ഷേപഹാസ്യ നാടകങ്ങളും സംഗീതം, സിനിമ, കഥാപ്രസംഗം തുടങ്ങിയവയുടെ നിരൂപണഗ്രന്ഥങ്ങളും അദ്ദേഹത്തിന്റെതായിട്ടുണ്ട്. ബഹുഭാഷാപണ്ഡിതൻ, ശാസ്ത്രഗവേഷകൻ എന്ന നിലകളിൽ പ്രസിദ്ധനായ അദ്ദേഹത്തിന്റെ ലാന്റ്റെക്ലേഷൻ സ്കീം എന്ന കടലാക്രമണ പ്രതിരോധ പദ്ധതിയെപ്പറ്റി ഇപ്പോൾ സജീവ ചർച്ച നടക്കുകയാണല്ലോ. മികച്ചൊരു ഭിഷഗ്വരൻ കൂടിയായിരുന്നു അദ്ദേഹം. അങ്ങനെ സാഹിത്യം, പത്രപ്രവർത്തനം, കല, ശാസ്ത്രം, വിദ്യാഭ്യാസം തുടങ്ങിയ മേഖലകളിലുള്ള തന്റെ അസാധാരണ ശേഷികളെ സമൂഹനന്മയ്ക്ക് വേണ്ടിയുള്ള പൊതുപ്രവർത്തനത്തിൽ ഇന്ധനമായി ഉപയോഗിച്ചുവെന്നതാണ് ഡോ. വേലുക്കുട്ടി അരയനെ വ്യത്യസ്തനാക്കുന്നത്. സാഹിത്യരംഗത്ത് വ്യത്യസ്ത ശാഖകളിൽ അദ്ദേഹം പ്രാവീണ്യം തെളിയിച്ചു. ഇവയെയും തന്റെ രാഷ്ട്രീയ പ്രവർത്തനത്തിന്റെ ഭാഗമെന്ന നിലയിലാണ് കണ്ടിരുന്നത്. വിദ്യാഭ്യാസകാര്യങ്ങളിലും ശ്രദ്ധയൂന്നിയിരുന്നു. ഇദ്ദേഹത്തിന് സമുദ്രശാസ്ത്രത്തിലും ഏറെ അറിവുണ്ടായിരുന്നു. വിമോചന സമരകാലത്തും ചൈനാചാരന്മാർ എന്ന് മുദ്രകുത്തി കമ്യൂണിസ്റ്റുകാരെ വേട്ടയാടുന്ന കാലത്തും തന്റെ തൂലികകൊണ്ടും പ്രവർത്തനംകൊണ്ടും അദ്ദേഹം പ്രതിരോധം തീർത്തു.

സാമൂഹിക പരിഷ്കരണം ശരിയായ ദിശയിലേക്ക് നീങ്ങണമെന്നുണ്ടെങ്കിൽ അതിനെ രാഷ്ട്രീയപ്രവർത്തനവുമായി കൂട്ടിച്ചേർക്കണമെന്ന് തിരിച്ചറിഞ്ഞ നവോത്ഥാനനായകരിൽ പ്രമുഖനായിരുന്നു ഡോ.വേലുക്കുട്ടി അരയൻ. രാഷ്ട്രീയം ജനതാല്പര്യത്തിനായി തീരണമെങ്കിൽ കമ്യൂണിസ്റ്റ് പാർട്ടിയുടെ പ്രവർത്തനങ്ങളുമായി ബന്ധപ്പെടണമെന്ന് അനുഭവങ്ങളിലൂടെ ഡോക്ടർ തിരിച്ചറിഞ്ഞു. ഈ കാഴ്ചപ്പാടിനനുസരിച്ച് പിന്നീട് സ്വജീവിതം നീക്കിവെക്കുകയും ചെയ്തു. സാമൂഹ്യരാഷ്ട്രീയ രംഗങ്ങളിൽ തന്റേതായ പ്രവർത്തനത്തിലൂടെ ശ്രദ്ധേയമായ സ്ഥാനം

നേടിയെടുക്കാൻ ഡോ. വേലുക്കുട്ടി അരയന് കഴിഞ്ഞിട്ടുണ്ട്. കേരളത്തിന്റെ സാമൂഹ്യ-രാഷ്ട്രീയ ചരിത്രത്തിൽ അതുകൊണ്ട് തന്നെ ഇദ്ദേഹത്തിന് നിർണ്ണായകമായ സ്ഥാനമുണ്ട്. എന്നാൽ ഈ വസ്തുത പുതിയ ലോകം വേണ്ടത്ര മനസ്സിലാക്കിയിട്ടില്ല. ഇത്തരം സാമൂഹ്യപ്രവർത്തകരെ തിരിച്ചറിയുകയും അവരുടെ ജീവിതത്തെ ജനങ്ങൾക്ക് പരിചയപ്പെടുത്തിക്കൊടുക്കുകയും ചെയ്യേണ്ടത് പുരോഗമന-രാഷ്ട്രീയ പ്രവർത്തകരുടെ കടമയാണ്.

ഡോ.വി വി വേലുക്കുട്ടി കമ്യൂണിസ്റ്റായ നവോത്ഥാന നായകൻ

എം എ ബേബി

സാഹിത്യം, പത്രപ്രവർത്തനം, സ്വാതന്ത്ര്യസമരം, സാമൂഹ്യപരിഷ്കരണം, കല, രാഷ്ട്രീയം, വൈദ്യശാസ്ത്രം, പ്രഭാഷണം, വിദ്യാഭ്യാസം,ട്രേഡ് യൂണിയൻ, സ്വസമുദായോദ്ധാരണം, അയിത്തോച്ചാടന പ്രക്ഷോഭം, ശാസ്ത്രഗവേഷണം, യുക്തിവാദം, ഭാഷാപരിഷ്കരണം തുടങ്ങിയ വ്യത്യസ്തമേഖലകളിൽ ശക്തമായ വ്യക്തിമുദ്ര പതിപ്പിച്ച അത്ഭുതപ്രതിഭാശാലിയായിരുന്നു ഡോ. വി വി വേലുക്കുട്ടി അരയൻ. ശ്രീനാരായണഗുരുവിന്റെ നേതൃത്വത്തിലുള്ള സാമൂഹ്യവിപ്ലവത്തിന്റെ കൈത്തിരികെടാതെ ഏറ്റുപിടിച്ച ധീരനായ ഈ നവോത്ഥാനനായകൻ, ഇരുപതാം നൂറ്റാണ്ടിന്റെ ആദ്യദശകങ്ങളിൽ തുടങ്ങിയ തന്റെ സംഭവബഹുലമായ പൊതുജീവിതത്തിന്റെ സായാഹ്നത്തിലെത്തുമ്പോഴേക്കും തികഞ്ഞ കമ്യൂണിസ്റ്റായി മാറിയിരുന്നു.

പത്തൊമ്പതാം നൂറ്റാണ്ടിന്റെ അവസാന കാലത്താണ് (1894) ഡോ. വേലുക്കുട്ടി അരയന്റെ ജനനം. കരുനാഗപ്പള്ളി താലൂക്കിന്റെ തീരദേശത്ത് കടലിനും കായലിനും മദ്ധ്യേയുള്ള ആലപ്പാട് പഞ്ചായത്തിലുള്ള ചെറിയഴീക്കൽ എന്ന കൊച്ചുഗ്രാമത്തിൽ. സ്വന്തം പ്രതിഭയുടേയും ഇച്ഛാശക്തിയുടേയും കഠിനപ്രയത്നത്തിന്റെയും മാത്രം പിൻബലത്തോടെ ഇടതടവില്ലാത്ത പോരാട്ടം നടത്തി കേരളത്തെ സ്വാധീനിക്കുകയും അത്ഭുതപ്പെടുത്തുകയും ചെയ്ത ഒറ്റയാൾ പട്ടാളമായിരുന്നു അദ്ദേഹം. തന്റെ സമുദായം അടങ്ങുന്ന അവർണ്ണജാതി വിഭാഗങ്ങളും അധഃസ്ഥിതരും അന്നത്തെ ജാതിസമ്പ്രദായങ്ങളിലും ഭരണത്തിലും അനുഭവിച്ച വിവേചനങ്ങൾക്കും അവഗണനകൾക്കുമെതിരായിട്ടാണ് അദ്ദേഹത്തിന്റെ കർമ്മമണ്ഡലം വികസിച്ചത്. പിതാവിന്റെ സുഹൃത്തും മഹാപണ്ഡിതനുമായിരുന്ന പരവൂർ കേശവനാശാന്റെയടുത്തുള്ള ഉപരിവിദ്യാഭ്യാസവും

സഹവാസവും ഡോ. വേലുക്കുട്ടി അരയന്റെ സർഗ്ഗവാസനകളെയും പ്രതികരണശേഷിയെയും പ്രോജ്ജ്വലിപ്പിച്ചു. അവിടെവച്ച് ശ്രീനാരായണഗുരു, മഹാകവി കുമാരനാശാൻ, കെ സി കേശവപിള്ള, ഡോ. പൽപ്പു, സി വി കുഞ്ഞിരാമൻ, സി കേശവൻ തുടങ്ങിയ പ്രഗത്ഭമതികളുമായുള്ള കണ്ടുമുട്ടലുകളും ആത്മബന്ധങ്ങളും അദ്ദേഹത്തിന്റെ കാഴ്ചപ്പാടുകൾക്ക് കൂടുതൽ മിഴിവേകി. പരവൂർ കേശവനാശാൻ തന്റെ *സുജനാനന്ദിനി*യിൽ പ്രിയശിഷ്യനായ വേലുക്കുട്ടി അരയനെ സഹപത്രാധിപരാക്കിയതോടെ ആ മേഖലയിൽ അതുല്യനായ ഒരു പോരാളിയെ കേരളത്തിന് ലഭിക്കുകയും ചെയ്തു. സ്വദേശത്തു മടങ്ങിയെത്തിയ വേലുക്കുട്ടി അരയൻ എസ് എൻ ഡി പി യോഗം മാതൃകയിൽ സ്വസമുദായത്തെ സംഘടിപ്പിക്കാനായി 1916 ൽ ചെറീയഴിക്കൽ കേന്ദ്രമാക്കി 'അരയവംശ പരിപാലനയോഗം' സ്ഥാപിച്ചു.

റഷ്യൻ വിപ്ലവം നടന്ന തൊട്ടടുത്ത വർഷം (1917) തന്നെ *അരയൻ* എന്ന പേരിൽ ഒരു മാസികയും ആരംഭിച്ചു. 1919 ൽ സ്വന്തമായി അച്ചടിശാല തുടങ്ങാനും *അരയൻ* പത്രമാക്കി ഉയർത്താനും അദ്ദേഹത്തിന് കഴിഞ്ഞു. കെ പി കേശവമേനോൻ, ടി കെ മാധവൻ, പരവൂർ കേശവനാശാൻ, സി വി കുഞ്ഞിരാമൻ, സഹോദരൻ അയ്യപ്പൻ, സി എസ് സുബ്രഹ്മണ്യൻ പോറ്റി, മിതവാദി സി കൃഷ്ണൻ തുടങ്ങിയ നിരവധി പ്രഗത്ഭരുടെ ലേഖനങ്ങളും സൃഷ്ടികളും കൊണ്ട് സമ്പന്നമായിരുന്നു അരയൻപത്രം. *മാതൃഭൂമിയും* സഹോദരൻ അയ്യപ്പന്റെ *സഹോദരനും* പുറത്തിറങ്ങും മുമ്പാണ് *അരയൻ* പത്രം സ്വാതന്ത്ര്യസമരത്തിനും പൗരസമത്വത്തിനും സമുദായപരിഷ്കരണത്തിനും കാഹളമൂതി പ്രവർത്തനം ആരംഭിച്ചത്. ഉറ്റ മിത്രമായ ടി കെ മാധവന്റെ *ദേശാഭിമാനി* ദീർഘകാലമടിച്ചിരുന്നതും *അരയൻ* പ്രസിലായിരുന്നു. പത്രപ്രവർത്തനത്തിൽ മുഴുകുമ്പോൾ തന്നെ ഗദ്യത്തിലും പദ്യത്തിലും ഒരുപോലെ ഹൃദ്യങ്ങളായ കൃതികൾ ഡോ. വേലുക്കുട്ടി അരയന്റേതായി പുറത്തുവന്നുകൊണ്ടിരുന്നു. ഇതേസമയം തന്നെ ഹോമിയോപ്പതി ചികിത്സയുടെ ഉന്നതബിരുദമായ എച്ച് എൽ എം എസ് ഗോൾഡ് മെഡൽനേടി കൽക്കട്ടയിൽ നിന്ന് വിജയിക്കുകയും ചെയ്തു. പരവൂർ കേശവനാശാനിൽനിന്നും പിതാവ് വേലായുധൻ വൈദ്യനിൽ നിന്നും ചാവോർക്കോട്ട് വൈദ്യന്മാരിൽനിന്നും ആയുർവ്വേദം പഠിച്ച് ആ രംഗത്തും പില്ക്കാലത്ത് മദിരാശിയിൽനിന്ന് അലോപ്പതി വിദ്യാഭ്യാസം നേടി ആ രംഗത്തും ഡോ. വേലുക്കുട്ടി അരയൻ കഴിവു തെളിയിച്ചു.

1919 ൽ 'സമസ്തകേരളീയ അരയമഹാജനയോഗം' എന്നൊരു സംഘടന കേരളാടിസ്ഥാനത്തിൽ രൂപീകരിച്ച് സ്വസമുദായത്തെ സംഘടിപ്പിക്കാൻ കന്യാകുമാരി മുതൽ കാസർകോഡു വരെ അദ്ദേഹം അശ്രാന്ത പരിശ്രമം നടത്തി. അരയന്മാരുടെ വിദ്യാഭ്യസപരവും തൊഴിൽപരവുമായ പുരോഗതിക്കുവേണ്ടി രൂപം കൊടുത്ത 'അരയ സർവ്വീസ് സൊസൈറ്റിയുടെ' പ്രവർത്തനങ്ങൾ മാതൃകാപരവും ഫല

പ്രദവുമായിരുന്നു. വൈക്കം, ഗുരുവായൂർ സത്യഗ്രഹമടക്കമുള്ള ക്ഷേത്ര പ്രവേശന സമരങ്ങളിൽ അദ്ദേഹവും സംഘടനയും പത്രവും വഹിച്ച പങ്ക് ചരിത്രത്തിൽ ശരിയായി രേഖപ്പെടുത്തിയിട്ടില്ല. റ്റി കെ മാധവൻ ഉന്നയിച്ച ക്ഷേത്രപ്രവേശന വാദത്തെ പിന്തുണച്ചുകൊണ്ട് ആദ്യമെത്തിയ വ്യക്തിയും പത്രവും *അരയൻ* ആയിരുന്നു. 1924 ൽ മുതുകുളത്ത് എസ് എൻ ഡി പി യോഗം മുൻകൈയെടുത്ത് സംഘടിപ്പിച്ചതും പില്ക്കാലത്ത് ക്ഷേത്രപ്രവേശന പ്രക്ഷോഭങ്ങൾ നയിച്ചതുമായ അവർണ്ണ ഹിന്ദുമത സഭയുടെ ആദ്യ ജനറൽ സെക്രട്ടറിയായി തിരഞ്ഞെടുക്കപ്പെട്ടത് ഡോ. വേലുക്കുട്ടി അരയനെയായിരുന്നു.

1920 ൽ തിരുവിതാംകൂറിലെ പ്രസിദ്ധരായ അഞ്ച് പത്രാധിപന്മാർ ചേർന്ന് രൂപീകരിച്ച 'തിരുവിതാംകൂർ രാഷ്ട്രീയസഭ' എന്ന ആദ്യ രാഷ്ട്രീയ സംഘടനയുടെ ജനയിതാക്കളിൽ ഒരാൾ *അരയൻ* പത്രാധിപരായിരുന്നു. ദിവാൻ സി പി യെ മുട്ടുകുത്തിച്ച 'തിരുവിതാകൂർ നാവിക തൊഴിലാളിസംഘം' എന്ന ട്രേഡ് യൂണിയന്റെയും തിരുവിതാംകൂർ കയർവർക്കേഴ്സ്, മിനറൽ വർക്കേഴ്സ്, പോർട്ട് വർക്കേഴ്സ്, മത്സ്യത്തൊഴിലാളി യൂണിയനുകളുടെയും സ്ഥാപകനേതാവായ ഡോ.വേലുക്കുട്ടി അരയൻ കേരളത്തിലെ ആദ്യ ട്രേഡ് യൂണിയൻ നേതാക്കളിൽ ഒരാളുമാണ്.

രാജഭരണത്തിനും ദിവാൻ ഭരണത്തിനും എതിരെ മുഖപ്രസംഗത്തിലൂടെ ശക്തമായി പ്രതികരിച്ചതിന് രണ്ടുതവണ (1921 ലും 1936 ലും) അദ്ദേഹത്തിന്റെ പത്രം കണ്ടുകെട്ടുകയും പ്രജാസഭയിലേക്കുള്ള അദ്ദേഹത്തിന്റെ നോമിനേഷൻ റദ്ദുചെയ്യുകയും ചെയ്തു. അതുകൊണ്ടൊന്നും കുലുങ്ങാതെ വൈതരണികളെ അതിജീവിച്ച് അന്ത്യകാലംവരെ പലവിധ പത്രമാസികകൾ പുറത്തിറക്കുകയും പത്രാധിപത്യം വഹിച്ചും അദ്ദേഹം കർമ്മനിരതനായി. കേരളത്തിലെ ആദ്യത്തെ വനിതാമാസികകളിൽ ഒന്നായ *അരയ സ്ത്രീജന* മാസിക (1922), *ധർമ്മപോഷിണി, ഫിഷറീസ്* മാഗസിൻ (ഇംഗ്ലീഷിലും മലയാളത്തിലുമുള്ള ഇന്ത്യയിലെ ആദ്യത്തെ ഫിഷറീസ് മാസിക), *രാജ്യാഭിമാനി, കലാകേരളം* മാസിക (കലകൾക്കുവേണ്ടി മാത്രമുള്ള മലയാളത്തിലെ ആദ്യ പ്രസിദ്ധീകരണം–1959), *സമാധാനം* മാസിക (ലോകസമാധാനത്തിനും കമ്യൂണിസ്റ്റ് ആശയപ്രചരണത്തിനും വേണ്ടി–1951), *തീരദേശ* വാരിക, *ഫിലിംഫാൻ* (കേരളത്തിലെ ആദ്യ സിനിമാമാസികകളിൽ ഒന്ന്), ചിരി (നർമ്മമാസിക) തുടങ്ങിയ വിഭിന്നങ്ങളായ പ്രസിദ്ധീകരണങ്ങളുടെ പത്രാധിപർ, ഉടമ തുടങ്ങിയ നിലകളിൽ അദ്ദേഹം ശോഭിച്ചു. ആയുസ്സിന്റെ ഒട്ടുമുക്കാൽ പങ്കും പത്രാധിപരായിരുന്ന അദ്ദേഹത്തിന്റെ ധീരമായ മുഖപ്രസംഗങ്ങൾ ഇന്നത്തെ തലമുറയെ അത്ഭുതപ്പെടുത്തുന്നതാണ്.

ക്ഷേത്രപ്രവേശനവാദമുയർത്തി പ്രക്ഷോഭങ്ങൾക്ക് നേതൃത്വം കൊടുക്കുമ്പോഴും 'എനിക്ക് വ്യക്തിപരമായി ക്ഷേത്രപ്രവേശനം ആവശ്യമില്ല' എന്നും 'ഞാനും മതവും തമ്മിൽ അത്രമേൽ അകന്നാണ്

നില്ക്കുന്നത്' എന്നും പ്രഖ്യാപിച്ച യുക്തിവാദികൂടിയായിരുന്നു വേലുക്കുട്ടി അരയൻ. കാലാനുസൃതമായി അദ്ദേഹത്തിന്റെ എഴുത്തിലും പ്രസംഗത്തിലും പ്രവൃത്തിയിലും പ്രതിഫലിച്ച പുരോഗമനാശയങ്ങളോടുള്ള ആഭിമുഖ്യം സ്വാഭാവികമായും കമ്യൂണിസത്തിലേക്ക് അദ്ദേഹത്തെ നയിച്ചു. 1948 ലെ പൊതുതിരഞ്ഞെടുപ്പിൽ ഈ നവോത്ഥാനായകൻ കമ്യൂണിസ്റ്റ് സ്ഥാനാർത്ഥിയായി കരുനാഗപ്പള്ളി അസംബ്ലി മണ്ഡലത്തിൽ മത്സരിച്ചുകൊണ്ട് ചരിത്രം സൃഷ്ടിച്ചു. പത്തൊമ്പതാം നൂറ്റാണ്ടിന്റെ അന്ത്യത്തിൽ ജനിച്ച് എല്ലാ സാമൂഹ്യതിന്മകൾക്കുമെതിരേ സ്വസമുദായമടക്കമുള്ള സമുദായങ്ങളെ സംഘടിപ്പിക്കുകയും ചരിത്രം സൃഷ്ടിക്കുകയും ചെയ്ത ഒരു നവോത്ഥാനനായകൻ, പില്ക്കാലത്ത് പൊതുതിരഞ്ഞെടുപ്പിൽ കമ്യൂണിസ്റ്റ് സ്ഥാനാർഥി ആകുകയും കമ്യൂണിസ്റ്റ് ആശയപ്രചാരണത്തിനും മുന്നേറ്റത്തിനും നേതൃത്വം കൊടുക്കുകയും ചെയ്ത ചരിത്രം ഡോ. വി വി വേലുക്കുട്ടി അരയനെപ്പോലെ ഏറെപ്പേർക്കുണ്ടാകില്ല. വിമോചനസമരകാലത്ത് 'പിന്നോക്കസമുദായ കർമ്മസമിതി'ക്ക് തഴവാ കേശവൻ, പി ഗംഗാധരൻ തുടങ്ങിയവരോടൊപ്പം നേതൃത്വം കൊടുത്ത് അനാരോഗ്യത്തെയും വാർദ്ധക്യത്തെയും അവഗണിച്ച് കേരളമൊട്ടുക്ക് നടത്തിയ പര്യടനങ്ങളും പ്രസംഗങ്ങളും മറക്കാനാവില്ല.

അവശതയും അവഗണനയും അനുഭവിച്ചിരുന്ന സ്വസമുദായത്തെയും ഇതര സമുദായങ്ങളേയും സംഘടിപ്പിച്ച് പോരാട്ടങ്ങൾ നയിക്കുകയും സാമൂഹ്യമാറ്റങ്ങൾക്ക് വഴിതെളിക്കുകയും ചെയ്ത ഡോ.വേലുക്കുട്ടി അരയൻ തന്റെ ജീവിതാന്ത്യഘട്ടത്തിൽ കാമ്പിശേരി കരുണാകരനും പുതുശ്ശേരി രാമചന്ദ്രനും നല്കിയ ഇന്റർവ്യൂ വളരെ പ്രസിദ്ധമാണ്. 'ഇനി ജാതിയുടെ പേരിൽ സംഘടന നിലനിർത്തുന്നതുകൊണ്ട് അവശവിഭാഗങ്ങൾക്ക് പ്രയോജനമുണ്ടാകാൻ പോകുന്നില്ലെന്നും തൊഴിലടിസ്ഥാനത്തിലുള്ള സംഘടനകളാണ് ആവശ്യമെന്നും' ആ ഇന്റർവ്യൂവിൽ അദ്ദേഹം പറയുകയുണ്ടായി.

ഇ എം എസ് ഇങ്ങനെ എഴുതി:

> ദേശീയ സ്വാതന്ത്ര്യം ജനാധിപത്യം സാമൂഹ്യവും രാഷ്ട്രീയവും ആയ പുരോഗതി എന്നിവയുടെ ഭാഗമായി മാത്രമേ പിന്നോക്ക ജാതിക്കാർക്ക് അവർ അനുഭവിക്കുന്ന അവശതകളിൽ നിന്ന് രക്ഷപ്പെടാൻ കഴിവുള്ളൂവെന്ന് ഡോ. അരയൻ മനസ്സിലാക്കി. പിന്നോക്ക ജാതികളിൽപ്പെട്ട ദശലക്ഷക്കണക്കിനുള്ള ബഹുജനങ്ങളും മുന്നോക്കജാതികളിൽപ്പെട്ട ദരിദ്രലക്ഷങ്ങളും ചേർന്ന ഐക്യത്തിലൂടെമാത്രമേ രാജ്യത്തിന്റെ പുരോഗതിയും പിന്നോക്കജാതിക്കാരുടെ മോചനവും സാധിക്കുകയുള്ളുവെന്ന സത്യം മനസ്സിലാക്കിയ ആദ്യത്തെ കേരളീയ രാഷ്ട്രീയ നേതാക്കളിൽ ഒരാളാണ് ഡോ. വേലുക്കുട്ടി അരയൻ.

> 1994 ൽ ഇ എം എസ് *ദേശാഭിമാനി* വാരികയിൽ എഴുതിയ ലേഖനത്തിൽ 'സ്വന്തം സമുദായത്തെ സേവിക്കൽ', 'തൊഴിലാളി വർഗ്ഗത്തെയാകെ സംഘടിപ്പിക്കൽ', പൊതുരാഷ്ട്രീയ പ്രവർത്തനത്തിൽ പങ്കെടുക്കൽ എന്നിവ പരസ്പര വിരുദ്ധമല്ല. പരസ്പരപൂരകമാണെന്നും അവയുടെ യുക്തിയുക്തമായ പരിണാമമാണ് കമ്യൂണിസ്റ്റ് പാർട്ടിയുടെ നേതൃത്വത്തിൽ ഇടതുപക്ഷപ്രസ്ഥാനം വളർത്തി ശക്തിപ്പെടുത്തലെന്നും ഒരു പിന്നോക്കസമുദായ നേതാവായിരുന്ന, ഡോ. അരയൻ മനസ്സിലാക്കിയിരുന്നെന്നാണല്ലോ ഇതിനർത്ഥം. ഇത് ഇന്നത്തെ രാഷ്ട്രീയ സാഹചര്യത്തിൽ വിശേഷിച്ചും പ്രസക്തമാണ് എന്നെഴുതിയതും ശ്രദ്ധേയമാണ്.

ആയുഷ്കാലം മുഴുവൻ കർമ്മനിരതനായി മനുഷ്യനന്മയ്ക്കായി പടപൊരുതിയ ആ ബഹുമുഖ പ്രതിഭാശാലി നമ്മെ വിട്ടുപിരിഞ്ഞിട്ട് 41 വർഷം കഴിഞ്ഞു. അദ്ദേഹത്തിന്റെ ജീവിതത്തെയും വിവിധ മേഖലകളിലെ സംഭാവനകളെയും സസൂക്ഷ്മം നിരീക്ഷിക്കുന്ന പ്രൗഢമായ ജീവചരിത്രഗ്രന്ഥം-കേരളസാഹിത്യ അക്കാദമിക്കുവേണ്ടി ഡോ. വള്ളിക്കാവ് മോഹൻദാസ് എഴുതിയത്-ഡോ. അരയന്റെ ചരമവാർഷിക ദിനമായ മേയ് 31 ന് സുഗതകുമാരി ടീച്ചർക്ക് നല്കി പ്രകാശനം ചെയ്യാനുള്ള സൗഭാഗ്യം എനിക്കുണ്ടായി. ഡോ. വേലുക്കുട്ടി അരയന്റെ സഹയാത്രികനും ആത്മമിത്രവുമായിരുന്ന തെങ്ങമം ബാലകൃഷ്ണൻ എഴുതിയ ഡോ. അരയനെക്കുറിച്ചുള്ള ജീവചരിത്രം കൂടി പുറത്തുവരാനിരിക്കുന്നതും സന്തോഷം നല്കുന്നു. അനന്യസാധാരണനും സർവ്വവിജ്ഞാനമേഖലയിൽ നിഷ്ണാതനുമായിരുന്ന ആ മഹാ പ്രതിഭയ്ക്കുമുമ്പിൽ ചരിത്രത്തിന്റെ അഭിവാദ്യങ്ങൾ അർപ്പിക്കുന്നു.

ധീരനായ പത്രാധിപർ

തെങ്ങമം ബാലകൃഷ്ണൻ

അധഃസ്ഥിത ജനവിഭാഗങ്ങളുടെ മോചനത്തിനും സാമൂഹികമാറ്റത്തിനും വേണ്ടിയുള്ള പോരാട്ടത്തിൽ പത്രം കരുത്തുറ്റ ആയുധമായിരിക്കുമെന്ന് മുൻകൂട്ടി കണ്ടറിഞ്ഞ മഹാനാണ് ഡോ.വേലുക്കുട്ടി അരയൻ. ഒരു പത്രം പ്രസിദ്ധീകരിക്കാൻ ഏറ്റവും ബുദ്ധിമുട്ടേറിയ കാലത്താണ് പ്രതികൂല സാഹചര്യങ്ങളെ വെല്ലുവിളിച്ചുകൊണ്ട് *അരയൻ* എന്ന മാസിക ആരംഭിക്കാൻ അദ്ദേഹം തീരുമാനിച്ചത്. കൊല്ലത്ത് വി. വി പ്രസിൽനിന്നും കൂലിക്ക് അച്ചടിച്ച *അരയൻ* അധികനാൾ കഴിയും മുമ്പ് സ്വന്തം പ്രസ് സ്ഥാപിച്ച് ഒരു പ്രതിവാര പത്രമായി പ്രസിദ്ധീകരിക്കപ്പെട്ടു. ഇതിന് വരിക്കാരെ ഉണ്ടാക്കാനും പ്രചരണത്തിനും അദ്ദേഹം തന്നെ മുന്നിട്ടിറങ്ങിയിരുന്നു. പത്രം നടത്തിക്കൊണ്ടുപോകാൻ പത്രാധിപർ സഹിച്ച ക്ലേശത്തെക്കുറിച്ച് ഭാവന ചെയ്യാൻ തന്നെ ഇന്ന് ആവില്ല. എന്നിട്ടും പത്തൊൻപതുകൊല്ലം-1917 മുതൽ 1936 വരെ *അരയൻ* പത്രം നിലനിന്നു. ഒരു തീജ്വാലപോലെ നമ്മുടെ തീരപ്രദേശത്തും നാട്ടിലും പ്രകാശം പകർന്നു.

ഇന്ന് പത്രം നടത്തുക എന്നത് ഒരു വ്യവസായമായി വളർന്നിരിക്കുന്നു. പത്രം നടത്താൻ എന്തെല്ലാം സൗകര്യങ്ങളാണ് ഇന്നുള്ളത്. പണം വേണമെന്നേയുള്ളൂ. വാർത്തകളും ചിത്രങ്ങളും അപ്പപ്പോൾ ലഭിക്കാനുള്ള വാർത്തവിനിമയസംവിധാനങ്ങൾ; ഏറ്റവും ആധുനികമായ അച്ചടിസങ്കേതങ്ങൾ; പത്രപ്രവർത്തനം പഠിച്ച പ്രൊഫഷണലിസ്റ്റുകളായ ലേഖകന്മാരും പത്രാധിപന്മാരും എന്നുവേണ്ട എല്ലാം ഇന്നു ലഭ്യമാണ്. പത്രം നടത്താൻ വേണ്ടി ഡോക്ടർ വേലുക്കുട്ടി അരയൻ ഇറങ്ങിപ്പുറപ്പെട്ടപ്പോൾ ഈ സൗകര്യങ്ങളൊക്കെ സ്വപ്നത്തിൽപ്പോലും കാണാൻ കഴിയുമായിരുന്നില്ല.

അന്ന് പത്രം നടത്തുക കച്ചവടക്കണ്ണോടെ ആയിരുന്നില്ല. സാമൂഹ്യ പ്രതിബദ്ധതകൊണ്ടുമാത്രമാണ് അന്ന് പത്രം നടത്താൻ അപൂർവ്വം ചിലർ മുന്നിട്ടിറങ്ങിയത്. കണ്ടത്തിൽ വർഗ്ഗീസ് മാപ്പിളയും (*മലയാളമനോരമ*), സ്വദേശിമാനി രാമകൃഷ്ണപിള്ളയും (*സ്വദേശാഭിമാനി*), കേസരിബാലകൃഷ്ണപിള്ളയും (*പ്രബോധൻ, കേസരി*), സി കൃഷ്ണനും (മിതവാദി), സി വി കുഞ്ഞിരാമനും (*കേരളകൗമുദി*), അയ്യപ്പനും (*സഹോദരൻ*) മറ്റും പത്രം തുടങ്ങാൻ മുന്നോട്ട് വന്നത് ലാഭം കൊയ്യാം; അല്ലെങ്കിൽ ഒരു പ്രസിദ്ധീകരണം കൈയിലുണ്ടെങ്കിൽ അതിന്റെ സ്വാധീനം ഉപയോഗിച്ച് പലതും നേടാം എന്ന ലക്ഷ്യത്തോടെയായിരുന്നില്ല. അച്ചടി നന്നായോ, സംവിധാനം ആകർഷണീയമാണോ, ഭ്രമാത്മകവാർത്തകളുണ്ടോ എന്നൊന്നും നോക്കിയായിരുന്നില്ല ആ പത്രങ്ങളെ ജനങ്ങൾ സ്വീകരിച്ചത്. അനീതിക്കെതിരെ ആ പത്രാധിപന്മാർ തൂലികയെ പടവാളാക്കി. ഫ്യൂഡൽ സാമൂഹ്യവ്യവസ്ഥയുടെ ജീർണ്ണതയിൽ ശ്വാസം മുട്ടിക്കിടന്ന സമൂഹത്തെ തട്ടിയുണർത്താൻ തങ്ങളാലാവുന്നത് ചെയ്യുന്നു എന്ന ബോധത്തോടെയാണ്, രാജകോപത്തെപ്പോലും ഭയപ്പെടാതെ, സാമൂഹ്യയാഥാർത്ഥ്യങ്ങൾ പ്രതിഫലിപ്പിക്കാനും ജനങ്ങളുടെ പൊതു ആവശ്യങ്ങൾ അവതരിപ്പിക്കാനും സ്വന്തം പരിമിതികൾക്കുള്ളിൽ നിന്നും അവർ ശ്രമിച്ചത്. ആ കൂട്ടത്തിൽ ഒന്നാം സ്ഥാനം ലഭിക്കേണ്ട ആളാണ് പത്രാധിപർ വേലുക്കുട്ടി അരയൻ.

കാലഘട്ടം ഏൽപ്പിച്ച ദൗത്യം ഏറ്റെടുക്കുകയായിരുന്നു അദ്ദേഹം. പത്രപ്രവർത്തനത്തിന്റെ മർമ്മം കണ്ടറിഞ്ഞ നിർഭയനായ പത്രാധിപർ മാത്രമായിരുന്നില്ല ഡോ. വേലുക്കുട്ടി അരയൻ. അവകാശങ്ങൾ നിഷേധിക്കപ്പെട്ടും ചൂഷണത്തിന് വിധേയരായും അനാചാരങ്ങളുടെയും അന്ധവിശ്വാസങ്ങളുടെയും അടിമകളായും കഴിയുന്ന ജനങ്ങളെ തട്ടിയുണർത്തി മോചനത്തിന്റെ പാതയിലേക്ക് നയിക്കാൻ സംഘടനയാണ് പ്രധാനമെന്ന് അദ്ദേഹം മനസ്സിലാക്കി. സർവ്വരാജ്യ തൊഴിലാളികളെ സംഘടിക്കുവിൻ, നഷ്ടപ്പെടുവാൻ കാൽച്ചങ്ങല മാത്രം, കിട്ടുവാൻ ഈ ലോകം മുഴുവനും എന്ന ആ മഹാവിമോചനമന്ത്രം അദ്ദേഹത്തിന്റെ കാതുകളിൽ അന്ന് എത്തിയിരുന്നോ എന്നറിയുകയില്ല. എന്നാൽ 'സംഘടനകൊണ്ട് ശക്തരാകുവിൻ, വിദ്യകൊണ്ട് സ്വതന്ത്രരാകുവിൻ' എന്ന ആഹ്വാനം അദ്ദേഹത്തിന്റെ മനസ്സിനെ പിടിച്ചു കുലുക്കിയിരിക്കണം.

കേരളത്തിന്റെ 590 കി മി വരുന്ന ദീർഘമായ കടലോരത്ത് അലകടലിനോട് മല്ലടിച്ച് ഉപജീവനം കഴിക്കുന്ന ചൂഷിതരായ ഒരു ജനവിഭാഗത്തിനു നടുവിൽ അവരിലൊരാളായിട്ടാണല്ലോ ഡോ. വേലുക്കുട്ടി അരയൻ ജനിച്ചത്. സ്വന്തം സമുദായത്തിൽ തന്നെ നിലനിന്ന ഉച്ചനീചത്വത്തിനും അനാചാരങ്ങൾക്കും ഗവൺമെന്റിന്റെയും മറ്റുള്ളവരുടെയും അവഗണനയ്ക്കും എതിരെ പോരാടി ആ വിഭാഗത്തെ അവകാശ ബോധമുള്ളവരാക്കാൻ ഒരു സംഘടന കൂടിയേ കഴിയു എന്ന് മനസ്സിലാക്കി ദീർഘവീക്ഷണത്തോടെ അദ്ദേഹം മുന്നിട്ടിറങ്ങി പ്രവർത്തിച്ച് 'സമസ്ത

കേരളീയ അരയമഹാജനയോഗം' സംഘടിപ്പിച്ചു. അരയൻ, മരയ്ക്കാൻ, വാലൻ, മുക്കുവൻ, നുളയൻ എന്നിങ്ങനെ വിവിധ പേരുകളിൽ അറിയപ്പെട്ടിരുന്ന സ്വന്തം സമുദായത്തെ ഒരു പേരിന്റെ അടിസ്ഥാനത്തിൽ ഒരുമിച്ചു ചേർക്കണമെന്നും അദ്ദേഹം ഉദ്ദേശിച്ചു. ആ വഴിക്ക് ഒരു സാമൂഹ്യ പുരിഷ്കർത്താവിന്റെ ജോലിയാണ് അദ്ദേഹം നിർവ്വഹിച്ചത്. അതുപോലെ തന്നെ തന്റെ ചുറ്റുപാടും എന്നും കാണുന്ന, സാഹസികരെങ്കിലും ചൂഷിതരായ നാവികത്തൊഴിലാളികളെ സംഘടിപ്പിക്കുന്നതിനു മുൻകൈയെടുക്കുകയും അവർക്ക് മാർഗ്ഗനിർദ്ദേശവും നേതൃത്വവും നല്കാൻ മുന്നിൽ നിന്നതോടെ വർഗ്ഗസംഘടനയുടെ പ്രാധാന്യം ആദ്യനാളുകളിൽ തന്നെ മനസ്സിലാക്കുകയായിരുന്നു അദ്ദേഹം.

ചികിത്സാസൗകര്യങ്ങൾ വിരളമായ സ്വന്തം ഗ്രാമത്തിൽ ആതുരസേവനം ആവശ്യമാണെന്നു കണ്ട അദ്ദേഹം (ഡോ.വേലുക്കുട്ടി അരയന്റെ പിതാവ് ആ പ്രദേശത്ത് അറിയപ്പെടുന്ന ആയുർവ്വേദ ഭിഷഗ്വരനായിരുന്നല്ലോ) ആയുർവ്വേദവും അലോപ്പതിയും ഹോമിയോപ്പതിയും വശമാക്കിയെങ്കിലും പാവപ്പെട്ടവർക്ക് ചെലവുകുറഞ്ഞ ചികിത്സാരീതി എന്ന രീതിയിൽ ഹോമിയോപ്പതിയെയാണ് അദ്ദേഹം കൂടുതൽ സ്നേഹിച്ചത്. കൃതഹസ്തനായ ഒരു ഭിഷഗ്വരനായിരുന്നു ഡോ. വേലുട്ടി അരയൻ.

സ്വാതന്ത്ര്യസമരസേനാനി, ഭാവധനനും ക്രാന്തദർശിയുമായ കവി, കഥാകൃത്ത്, ആട്ടക്കഥാകർത്താവ്, നിരൂപകൻ എന്നിങ്ങനെ എത്ര വിശേഷണങ്ങൾ ആണ് വേലുക്കുട്ടി അരയൻ എന്ന പേരിനോടൊപ്പം ചേർക്കാവുന്നത്. ഇറങ്ങിച്ചെന്ന എല്ലാ മേഖലകളിലും അദ്ദേഹം വ്യക്തിത്വം സ്ഥാപിച്ചെടുത്തു. ഒരു നാടിന്റെ അഭിവൃദ്ധിയിൽ ഗ്രന്ഥശാലകൾക്കുള്ള പങ്ക് അക്കാലത്തുതന്നെ കണ്ടറിഞ്ഞ സാമൂഹ്യപ്രവർത്തകൻ കൂടിയായിരുന്ന അദ്ദേഹം മുൻകൈയെടുത്ത് 1908 ൽ സ്ഥാപിച്ച 'വിജ്ഞാനസന്ദായിനി ഗ്രന്ഥശാല' ചെറിയഴീക്കൽ ഗ്രാമത്തിന്റെ വിളക്കായി ഇന്നും ശോഭിക്കുന്നു. ഗ്രന്ഥശാലാസംഘം ആരംഭിക്കുന്നതിന് 37 കൊല്ലം മുമ്പാണ് ഈ ഗ്രന്ഥശാല സ്ഥാപിക്കപ്പെട്ടതെന്ന് ഓർക്കുമ്പോഴാണ് എത്ര ദീർഘവീക്ഷണപടുവായിരുന്നു വേലുക്കുട്ടി അരയൻ എന്നു ബോദ്ധ്യമാവുക.

വിവിധ മേഖലകളിൽ സ്മരണീയമായ സംഭാവന അദ്ദേഹം നല്കിയിട്ടുണ്ടെങ്കിലും ഒരു പത്രപ്രവർത്തകൻ എന്ന നിലയിലുള്ള അദ്ദേഹത്തിന്റെ കഴിവും സേവനവുമാണ് ഏറ്റവും മികവുറ്റതെന്ന് തോന്നുന്നു. *അരയൻ* പത്രത്തിന്റെ എല്ലാ ലക്കങ്ങളും ഇപ്പോൾ ലഭിക്കാനില്ല. കിട്ടിയവ തന്നെ വളരെ പഴകി ദ്രവിച്ചിരിക്കുന്നു. അതിലെ ചില മുഖപ്രസംഗങ്ങൾ ശ്രീ. കെ നാരായണൻ അരയൻ സമാഹരിച്ച് പ്രസിദ്ധീകരിച്ചിട്ടുണ്ട്. അവ വായിച്ചാൽ എന്നും പ്രസക്തിയുള്ള വിഷയങ്ങളാണ് ശക്തമായ ഭാഷയിൽ അദ്ദേഹം ആ മുഖപ്രസംഗങ്ങളിൽ കൈകാര്യം ചെയ്തിട്ടുള്ളതെന്ന് ബോദ്ധ്യമാകും. സാമൂഹ്യബോധമുള്ള ഒരു പത്രാധിപരുടെ നിർഭയത്വവും ആർജ്ജവവും അവയിൽ തുടിച്ചു നില്ക്കുന്നതായി കാണാം. *അരയൻ* പത്രം ആരംഭിച്ചത് 1917 ൽ ആണ്. അന്നുതന്നെ ഇത്

സമാരംഭിച്ചത് യാദൃച്ഛികമായിരിക്കാം. എന്നാൽ ആ വർഷത്തിന്റെയും ആ കാലഘട്ടത്തിന്റെയും പ്രാധാന്യം ചരിത്രത്തിൽ എന്നും തിളങ്ങുന്ന ലിപിയിൽത്തന്നെ സ്ഥാനം പിടിച്ചിട്ടുണ്ട്. ലോകചരിത്രത്തിൽ ഒരു യുഗപ്പിറവി കുറിച്ച ഒക്ടോബർ വിപ്ലവം നടന്നത് 1917 ൽ ആണ്. 19-ാം നൂറ്റാണ്ടിന്റെ രണ്ടാം പകുതിയും 20-ാം നൂറ്റാണ്ടിന്റെ ആദ്യപാദവും സംഭവബഹുലമായിരുന്നു. പുതിയ തത്ത്വചിന്തയുടേയും മനുഷ്യരാശിയെ പിടിച്ചു കുലുക്കിയ ആശയങ്ങളുടേയും ആവിർഭാവവും വ്യാപനവും ഈ കാലഘട്ടത്തിൽ നമുക്ക് കാണാം. വിപ്ലവങ്ങളുടെയും ജനകീയമുന്നേറ്റങ്ങളുടെയും കാലമായിരുന്നു അത്. വാർത്താവിനിമയ സൗകര്യങ്ങളും ആശയപ്രചരണത്തിനുള്ള മാധ്യമങ്ങളും ഇന്നത്തേതിലും എത്രയോ കുറവായിരുന്ന ആ കാലത്ത് പുതിയ ആശയങ്ങൾ എല്ലാ ഭൂഖണ്ഡങ്ങളിലും എങ്ങനെ വ്യാപിച്ചു എന്നത് ഒരു സമസ്യയാണ്. ഇന്ന് സോവിയറ്റ് യൂണിയൻ ഇല്ലായിരിക്കാം. എന്നാൽ ഒക്ടോബർ വിപ്ലവം അനശ്വരമാണ്. മനുഷ്യരാശിയുള്ളിടത്തോളം ആ രക്തനക്ഷത്രം തെളിഞ്ഞ് നില്ക്കും. മനുഷ്യൻ മനുഷ്യനെ ചൂഷണംചെയ്യാത്ത, എല്ലാ മനുഷ്യനും വളരാനും വികസിക്കാനും അവസരം നല്കുന്ന കാലം എല്ലാ ഭൂഖണ്ഡങ്ങളിലും ഉണ്ടാകുമെന്നതിൽ ആർക്കും സംശയം വേണ്ട. ആ കാലഘട്ടത്തിന്റെ അനുരണനം കാലേക്കൂട്ടിത്തന്നെ കേരളത്തിൽ ഉണ്ടായിരുന്നു. സാമൂഹികമായി അടിമത്തം അനുഭവിച്ചിരുന്ന ജനത മെല്ലെ ഉണർന്നെഴുന്നേറ്റു കഴിഞ്ഞിരുന്നു. അധികാരികളുടെ മുൻപിൽ നിവേദനവും അഭ്യർത്ഥനയുമായിട്ടായിരുന്നു തുടക്കമെങ്കിലും അതിന്റെ ആഴവും പരപ്പും വർദ്ധിക്കുകയായിരുന്നു. ചിലപ്പോൾ അത് കലാപങ്ങളുടെ രൂപം കൈക്കൊണ്ടിരുന്നു. തെക്കൻ തിരുവിതാംകൂറിലെ 'ചാന്നാർ ലഹള'യും മദ്ധ്യതിരുവിതാംകൂറിലെ 'മേൽശില'- 'മൂക്കൂത്തി'വഴക്കും കൊല്ലം പറവൂർ പ്രദേശങ്ങളിലെ 'കുടവാഴ'-'കല്ലുമാല' പ്രക്ഷോഭവുമൊക്ക അവർണ്ണ ജനവിഭാഗങ്ങൾ മനുഷ്യരാണെന്ന് അംഗീകരിപ്പിക്കാൻ നടത്തിയ പോരാട്ടങ്ങൾ ആയിരുന്നു. അതുകൊണ്ട് പ്രയോജനമുണ്ടായി. അവ നിർത്തലാക്കിക്കൊണ്ട് 1854 ലും 1855 ലും ഇറക്കിയ രാജകീയ വിളംബരങ്ങളും മാറു മറയ്ക്കാനും പബ്ലിക്ക് റോഡിൽക്കൂടി വണ്ടിയിൽ കയറി സഞ്ചരിക്കാനും അനുവദിച്ചുകൊണ്ടുള്ള വിളംബരവും മേൽപ്പറഞ്ഞ സമരങ്ങളുടെ പരിണതഫലമാണെന്ന് പറയേണ്ടതില്ലല്ലോ.

ശ്രീ നാരായണഗുരുവിന്റെയും അയ്യൻകാളിയുടേയും നേതൃത്വത്തിൽ നടന്ന സാമുഹിക വിപ്ലവപ്രസ്ഥാനങ്ങളിൽ കേരളത്തിലെ സാമൂഹിക ജീവിതത്തിൽ കൊടുങ്കാറ്റ് ഉയർത്തുക തന്നെ ചെയ്തു. 1883 ൽ അരുവിപ്പുറത്ത് ഗുരു നടത്തിയ ശിവലിംഗ പ്രതിഷ്ഠ ബ്രാഹ്മണ മേധാവിത്വത്തോടുള്ള തുറന്ന വെല്ലുവിളിയായിരുന്നു. ഗുരുവിനുമാത്രം സിദ്ധമായ സമരരീതിയായിരുന്നു അത്. ജാതിഭേദം മതദ്വേഷം ഏതുമില്ലാതെ സർവ്വരും സോദരത്വേന വാഴുന്ന ഒരു മാതൃക സ്ഥാനമായി ക്ഷേത്രം വളരുകയായിരുന്നു. അവിടെ മനുഷ്യനേ ഉള്ളൂ. സവർണ്ണനും അവർണ്ണ

നും ഇല്ല. തൊട്ടുകൂടാത്തവനും തീണ്ടിക്കൂടാത്തവനുമായിക്കഴിഞ്ഞ മനുഷ്യന്റെ മനസ്സിൽ പുതിയൊരു ബോധത്തിന്റെ വെളിച്ചം തെളിഞ്ഞു.

1903 ൽ എസ് എൻ ഡി പി യോഗം ഗുരുവിന്റെ അനുഗ്രഹാശിസ്സുകളോടെ രൂപംകൊണ്ടതോടെ അവശവിഭാഗത്തിന് സംഘടനകൊണ്ട് മുന്നേറാനുള്ള പാതയും തെളിഞ്ഞു. ആ മാർഗ്ഗം സ്വീകരിച്ചതുകൊണ്ടാണ് മഹാനായ അയ്യൻകാളി 'സാധുജനപരിപാലനയോഗം' സംഘടിപ്പിച്ചത്. സംഘടനാപ്രവർത്തനത്തിനും മുന്നേറ്റത്തിനും ഒരു ജിഹ്വ കൂടിയേ കഴിയൂ എന്ന ബോധം ആദ്യം തന്നെ ഉണ്ടായിരുന്നു. എസ് എൻ ഡി പി യോഗത്തിന്റെ മുഖപത്രമായി ഈഴവരുടെ ഗസറ്റ് എന്നറിയപ്പെട്ട *വിവേകോദയവും* (1904) സാധുജനപരിപാലനയോഗത്തിന്റെ മുഖപത്രമായി 1914 ൽ ചങ്ങനാശ്ശേരിയിൽ നിന്ന് തന്നെ *സാധുജന പരിപാലിനി* എന്ന മാസികയും പ്രസിദ്ധീകരിക്കപ്പെട്ടിരുന്നു. ഇതേ ചുവടുപിടിച്ചു തന്നെയാണ് ഡോ. വേലുക്കുട്ടി അരയനും പ്രവർത്തിച്ചിരുന്നത്. അരയൻ എന്ന് പറയാൻ അറച്ചുനിന്ന സമുദായത്തിലെ സ്ഥാനികളെ വെല്ലുവിളിച്ചുകൊണ്ട് സ്വസമുദായത്തെ കർമ്മോന്മുഖമാക്കാനാണ് 'അരയമഹാജനസഭ'യും *അരയൻ* പത്രവും ആരംഭിച്ചത്. പത്രത്തിന്റെ തലക്കെട്ട് ഇംഗ്ലീഷിലും മലയാളത്തിലും അച്ചടിച്ചിരുന്നു 'അരയൻ' എന്ന പേരു പറയുന്നതിൽ അത്രകണ്ട് അഭിമാനം പത്രാധിപർക്കുണ്ടായിരുന്നു. ഡോ. വേലുക്കുട്ടി അരയൻ തന്റെ പത്രം ആരംഭിക്കുന്ന അതേ വർഷമാണ് സാമൂഹിക വിപ്ലവത്തിന്റെ കാഹളവുമായി കെ അയ്യപ്പൻ 'സഹോദര പ്രസ്ഥാനം' ആരംഭിച്ചത്. തുടർന്ന് *സഹോദരൻ* പത്രവും പ്രസിദ്ധീകരിക്കുകയുണ്ടായി. കേരളത്തിൽ വീശിയടിച്ച മർദ്ദിതരുടെ മുന്നേറ്റത്തിന്റെ ആദ്യ കാറ്റിന്റെ ഗതിയാണ് ഇതിലൊക്കെ പ്രകടമായത്.

ഡോക്ടർ അരയൻ എന്താണ് ചെയ്തത് എന്നറിയാൻ *അരയൻ* പത്രത്തിലെ ചില മുഖപ്രസംഗങ്ങളുടെ ഉദ്ധരണികൾ മാത്രം മതിയാകും. ജനപ്രതിനിധികളെ വിമർശിച്ചുകൊണ്ട് 1920 ൽ അരയൻ മൂന്നാം വാല്യം മൂന്നാം ലക്കത്തിൽ 'പൊതുജന പ്രാതിനിധ്യം' എന്ന ശീർഷകത്തിൽ എഴുതിയ മുഖപ്രസംഗം ഇന്നും എത്രയോ പ്രസക്തമാണ്. ഇന്ന് ശക്തമായി ഈ പ്രശ്നം പത്രങ്ങൾ അവതരിപ്പിക്കാറുണ്ടോ? നമ്മുടെ ജനപ്രതിനിധികൾ ശ്രദ്ധാപൂർവ്വം ഇത് വായിക്കുന്നത് നന്ന്.

> പൊതുജനങ്ങൾക്കുവേണ്ടി പ്രാതിനിധ്യം വഹിക്കുന്നവർ അവരുടെ സമ്മതിദാന അവകാശികളുടെ നേർക്ക് എത്രകണ്ട് സ്നേഹ ബഹുമാനാദികളോടുകൂടി പെരുമാറേണ്ടതാണെന്ന ബോധം അവരുടെ ഹൃദയത്തിൽ ഗാഢമായി പതിയേണ്ടതിനു പുറമേ, തങ്ങളുടെ സ്ഥാനത്തെയും കൃത്യത്തെയും ശ്രദ്ധയോടുകൂടി സമീക്ഷണം ചെയ്ത് നിർദ്ദിഷ്ടപദത്തിൽനിന്നും ഭ്രഷ്ടരാവാതെ സൂക്ഷിക്കേണ്ടതും കൂടി അവരുടെ മുഖ്യകടമയാണല്ലോ. എന്നാൽ ആ ബോധവും മുറയുമൊക്കെ ഈയിടെ ചില ജനപ്രതിനിധികളിൽ

നിന്ന് വിട്ടുമാറിയതായി പല തെളിവുകളും കിട്ടിക്കൊണ്ടിരിക്കുന്നു ....

നട്ടെല്ലും ഞരമ്പും നുറുങ്ങെ ജോലിചെയ്യാൻ നിർബ്ബന്ധിതരാകുന്ന കൂലിക്കാരുടെ പ്രശ്നങ്ങളുടെ നേരെ പുറം തിരിഞ്ഞു നില്ക്കുന്ന ഈ ജനപ്രതിനിധികളെ കർശനമായ ഭാഷയിൽ മുഖപ്രസംഗം ഇങ്ങനെ വിമർശിക്കുകയും താക്കീതു ചെയ്യുകയും ചെയ്യുന്നു.

> തനിക്കു കിട്ടിയ മാന്യസ്ഥാനം ജനതയുടെ അവിഛിന്ന ശക്തിയുടെ ഒരു സ്ഫോടനം എന്ന് മനസ്സിലാക്കാത്ത മണ്ടന്മാർ പ്രാതിനിദ്ധ്യം വഹിച്ചാൽ ഗുണത്തിനു പകരം ഭയങ്കര ആപത്തും ആവലാതിയുമാണ് സംഭവിക്കുന്നത്....... ജനസമുദായത്തിന്റെ നേതൃത്വംവഹിച്ച് അവർക്കു വേണ്ടിയുള്ള കൃത്യങ്ങൾ ശരിയായി ചെയ്യാതിരിക്കുകയോ തെറ്റ് ചെയ്യുകയോ കേവലം പൊതുജന പ്രാതിനിധ്യത്തെ സ്വകാര്യ സാദ്ധ്യത്തിനായി ഉപയോഗപ്പെടുത്തുകയോ സമുദായദ്രോഹം അകന്ന് ഈ തത്ത്വത്തെ അടിസ്ഥാനപ്പെടുത്തി പ്രവർത്തിക്കാതിരിക്കുമ്പോൾ ആണ് ജനാധിപതികളുടെ കിരീടം വെപ്പിച്ച് മര്യാദ പഠിപ്പിക്കാൻ തക്കവണ്ണം അവരെ അധിപതികളാക്കിയ ജനസമാന്യശക്തി തന്നെ ലളിതാകൃതി വിട്ട് ഭീമാകാരം ധരിക്കുന്നതും. റഷ്യയിലെ ചക്രവർത്തിയുടെയും ജർമ്മനിയിലെ കൈസറുടെയും സ്ഥാനഭ്രംശം തന്നെ ഈ പ്രമേയത്തിനുദാഹരണമാണ്. ജനങ്ങൾക്കുവേണ്ടി അവരെ ഭരിപ്പാൻ പ്രതിനിധികളായി സർവ്വ ശക്തികളും സമർപ്പണം ചെയ്ത് ഉന്നതസൗധത്തിൽ ഉൽകൃഷ്ട പദവികളോടുകൂടി മണിസിംഹാസനത്തിൽ അതിരോഹണംചെയ്യിച്ചും സാമ്രാജ്യകിരീടം ധരിപ്പിച്ചും മഹാരാജാധിരാജന്മാരാക്കിയ അനേകം ചക്രവർത്തികളെപ്പോലും ഒരു നിമിഷംകൊണ്ട് റോഡിൽ അലഞ്ഞു തിരിയുന്ന തെണ്ടികളേക്കാൾ നിസ്സാരന്മാരാക്കാനോ വയലിൽ ജോലിചെയ്യുന്നവരേക്കാൾ അസ്വതന്ത്രവൃത്തികളാക്കാനോ കഴിയുമ്പോൾ, താൽക്കാലിക കാര്യങ്ങൾക്ക് വേണ്ടി മാത്രം പ്രതിനിധ്യം ലഭിക്കുന്നവർ ജനങ്ങൾക്കഹിതമായി പ്രവർത്തിച്ചാൽ ഏതു വിധത്തിലെല്ലാം അധിഷിപ്തനാവുകയില്ല. കരിങ്കല്ലിനെ അലങ്കരിച്ച് ശ്രീകോവിലിൽ പ്രതിഷ്ഠിച്ച് ദൈവമായി ആരാധിക്കുവാനും അതിനെത്തന്നെ നടക്കല്ലാക്കിയിട്ട് ചവിട്ടാനും പൊതുജനങ്ങൾക്ക് കഴിയുന്നതാണ്. ജനാരാധനത്തിൽ മാത്രമേ ഇന്ന് ലേകത്തിലെ പ്രഭുത്വവും പ്രാതിനിധ്യവും സ്ഥിതി ചെയ്യുന്നുള്ളു. ഇതാണ് പ്രതിനിധികൾ മനസ്സിലാക്കേണ്ട പരമരഹസ്യം.

1921 ൽ ഫീസ് വർദ്ധനവിനെതിരെ തിരുവനന്തപുരത്തെ വിദ്യാർത്ഥിനികൾ സമരത്തിനിറങ്ങി. പൊലീസ് അതിക്രൂരമായി വിദ്യാർത്ഥികളെ

മർദ്ദിച്ചു. ഇപ്പോഴും ഫീസ് വർദ്ധപ്പിക്കാറുണ്ടല്ലോ? വിദ്യാർത്ഥിസമരങ്ങളെ ക്രൂരമായ മർദ്ദനമുറകൾ ഉപയോഗിച്ച് ഗവൺമെന്റ് നേരിടുന്ന ഏർപ്പാട് ഇപ്പോഴും ഇല്ലാതായിട്ടില്ല. വിവരമറിഞ്ഞ അരയൻ പത്രാധിപർ നേരിട്ട് തിരുവനന്തപുരത്ത് പോയി. മർദ്ദനം ഏറ്റവരെ ആശുപത്രിയിൽ പോയി സന്ദർശിക്കുകയും എല്ലാ വിവരങ്ങളും അന്വേഷിച്ചറിയുകയും ചെയ്തു. ആ സംഭവം പത്രാധിപരുടെ മനസ്സിനെ വല്ലാതെ ഉലച്ചു. അതേക്കുറിച്ച് 'വിദ്യാർത്ഥികൾക്ക് ഒരനുസ്മരണം' എന്ന ശീർഷകത്തിൽ മലയാള വർഷം 1097 കന്നി 12-ാം തീയതി എഴുതിയ മുഖപ്രസംഗം കാരണം പത്രാധിപർക്ക് നഷ്ടപ്പെട്ടത് ശ്രീമൂലം പോപ്പുലർ അസംബ്ലിയിൽ ലഭിക്കുമായിരുന്ന അംഗത്വമായിരുന്നു. വേലുക്കുട്ടി അരയനെ ഗവൺമെന്റ് നോമിനേറ്റ് ചെയ്ത് ലിസ്റ്റ് തയ്യാറാക്കുന്ന സന്ദർഭത്തിലായിരുന്നു ഈ മുഖപ്രസംഗം. അസംബ്ലി അംഗത്വത്തേക്കാൾ അദ്ദേഹം അക്രമത്തെ ചെറുക്കുന്നതിനാണ് മുൻഗണന നല്കിയത്.

മുഖപ്രസംഗത്തിൽ നിന്ന്

> വിദ്യാർത്ഥികളുടെ നേരെ വിശേഷിച്ചും സരസ്വതീ ക്ഷേത്രങ്ങളായ സ്കൂളിൽ വച്ച് ഇങ്ങനെയുള്ള മർദ്ദനനയം യാതൊരു പരിഷ്കൃത ഗവൺമെന്റും ചെയ്തതായി ഞങ്ങൾക്കറിഞ്ഞുകൂട. വിദ്യാർത്ഥികൾ കുറ്റക്കാരായാൽപ്പോലും ഇങ്ങനെയുള്ള സംരംഭങ്ങളിൽ അവർ ബുദ്ധിക്കും മനസ്സിനും ശരിയായ പരിപാകം സിദ്ധിച്ചിട്ടില്ലാത്തവരാണെന്ന് മനസ്സിലാക്കി ക്ഷമിക്കുന്നതിനു പകരം ഭരണമേധാവികൾകൂടി അവർക്കു നേരെ പോർക്കു വിളിച്ച് പൊലീസ് മർദ്ദനനായ നാടകം അഭിനയിച്ചത് വളരെ സാഹസവും സങ്കടകരവുമാണെന്ന് തീർത്തു പറയാതെ കഴിയില്ല. വിദ്യാർത്ഥികളുടെ നേരെയുദ്ധം കഴിഞ്ഞ് വഴിയിൽ കാണുന്നവരെയും കിട്ടുന്നിടത്തോളം പൊലീസുകാർ ഉപദ്രവിച്ചതായി അറിയുന്നു..... വിദ്യാലയങ്ങളിൽ അദ്ധ്യേതാക്കളൊക്കെ ബാലന്മാർ അഥവാ ചെറുപ്പക്കാർ ആണെന്നല്ലാതെ തിരുവിതാംകൂർ രാജ്യത്തിന്റെ ഭരണമേധാവികൾകൂടി ബാലന്മാരെ കാണുമ്പോൾ ബാലസമാനമായ ചാപല്യവും ക്രോധദ്വേഷാധീനമായ മനസ്സും അസമീക്ഷണ കൂർമ്മബുദ്ധിയുമുള്ള താദൃശ്യന്മാരാണെന്നും ഞങ്ങളറിഞ്ഞിട്ടില്ല. ഈ മാതിരി സംഭവങ്ങൾ ഹൃദയരക്തത്തിൽക്കൂടി കലരുമ്പോൾ വഞ്ചിവസുന്ധരയുടെ അധുനാതന ഭരണഗതി ശങ്കനീയമാണെന്നു തോന്നിപ്പോകും. പക്ഷേ, ധൈര്യപ്പെടുകയേ വേണ്ടൂ. ഈ സംഭവം തിരുവിതാംകൂർ രാജചരിത്രത്തിൽ മായിച്ചാൽ മായാത്ത ഒരു കളങ്കമത്രേ.

അധികാരികളെ ഈ മുഖപ്രസംഗം വല്ലാതെ രോഷം കൊള്ളിച്ചു. *അരയൻ* പത്രത്തിന്റെ ജാമ്യത്തുക റദ്ദാക്കി. വീണ്ടും ജാമ്യത്തുക കെട്ടി

വെച്ച് അല്പം വൈകിയാണെങ്കിലും *അരയൻ* പത്രം കൂടുതൽ ഉണർവ്വോടെ രംഗത്തെത്തിയിരുന്നു.

നമ്മുടെ സിവിൽ സപ്ലൈസ് വകുപ്പ് എന്തുകൊണ്ടാണെങ്കിലും ഇപ്പോൾ പ്രതിക്കൂട്ടിലാണല്ലോ? സംവത്സരങ്ങൾക്കുമുമ്പ് ആരംഭിച്ച സ്റ്റാറ്റ്യൂട്ടറി റേഷനിങ് ആകെ കുഴപ്പത്തിലാണ്. 1919 ൽ ഉണ്ടായ കടുത്ത ക്ഷാമത്തെ പരാമർശിച്ച് 'മഹാക്ഷാമം' എന്ന തലക്കെട്ടിൽ അരയൻ പത്രത്തിൽ എഴുതിയ മുഖപ്രസംഗം തുടങ്ങുന്നതുതന്നെ സിവിൽസപ്ലൈസ് വകുപ്പിനെ കണക്കിനു പരിഹസിച്ചുകൊണ്ടാണ്. മുഖപ്രസംഗത്തിൽ നിന്ന്:

> ശ്രീവാഴുംകോടി ധർമ്മരാജ്യം മുതലായ പര്യായപദങ്ങളൾക്കഭയം നല്കി പരിലസിച്ചുകൊണ്ടിരുന്ന തിരുവിതാംകൂർ സംസ്ഥാനം സിവിൽ സപ്ലൈക്കാരുടെ അശ്രാന്തമായ ശ്രമംമൂലം അനൈശ്വര്യം കൊണ്ടും ജനങ്ങൾ പട്ടിണികൊണ്ടും വലഞ്ഞു തുടങ്ങിയിരിക്കുന്നു. തിരുവിതാംകൂർ സംസ്ഥാനത്തിൽ നിവസിക്കുന്ന പ്രജാ സമൂഹത്തിന് ആഹാരനിയമം കൂടാതെ ജീവിക്കുന്നതിനും ആരോഗ്യം പുലർത്തുന്നതിനും കഴിയുമോ ഇല്ലയോ എന്നുള്ള പരീക്ഷ ഗവൺമെന്റിൽനിന്നും തുടങ്ങിയിരിക്കുന്നതായി വിചാരിപ്പാൻ ധാരാളം ന്യായങ്ങൾകാണുന്നു ....
>
> ഒന്നാംലോക മഹായുദ്ധം തുടങ്ങിയതു മുതൽ രാജ്യത്തുണ്ടായ ദുർഭിക്ഷയുടെ ഭീകരമുഖത്തിലേക്ക് വിരൽ ചൂണ്ടിക്കൊണ്ട് മുഖപ്രസംഗം തുടരുന്നു.
>
> .... അരിയും നെല്ലും കൂടുതൽ വിലയ്ക്കെങ്കിലും കിട്ടുന്നില്ലെന്നുള്ള പരാതികളാണ്. ഈ വിഷമമേറിയ പരാതിയുടെ ഉത്ഭവത്തിന്റെ ഉയർച്ചയ്ക്ക് കാരണം കൃത്യബോധമില്ലാത്ത ഉദ്യോഗസ്ഥന്മാരുടെ നയക്കുറവാണെന്നതിൽ സംശയമില്ല .... തിരുവിതാംകൂറിൽ ഭക്ഷണസാധനങ്ങൾ വരുത്തുന്നതിനും വിലനിയന്ത്രിക്കുന്നതിനും മറ്റും നൂതനമായി സൃഷ്ടിച്ച സിവിൽ സപ്ലൈസ് ഡിപ്പാർട്ടുമെന്റുകൊണ്ട് ഈ നിമിഷം വരെ ജനങ്ങൾക്ക് ആശ്വാസനുകൂലമായ ഫലമോ തൃപ്തിയോ സുസ്ഥിരമായി ലഭിക്കാത്തതിന്റെ രഹസ്യം എന്തുതന്നെ ആയിരുന്നാലും അത് ശരിയായ വിധത്തിൽ ജനങ്ങൾക്ക് വിതരണം ചെയ്യുന്ന വിധത്തിൽ ഏതോ തകരാറുകൾ മാത്രമായിട്ടാണ് ഞങ്ങൾ വിചാരിക്കുന്നത്. ഇപ്പോൾ കിട്ടിക്കൊണ്ടിരിക്കുന്ന വർത്തമാനങ്ങൾകൊണ്ട് അരിക്കു ചില സ്ഥലങ്ങളിൽ നാലു പണംവരെ വിലയുള്ളതായും അതു തന്നെ കിട്ടുന്നതിനുള്ള പ്രയാസവും താമസവും പറഞ്ഞറിയിക്കാൻ വരെ പണിയാണെന്നും പട്ടിണികൊണ്ട് അസ്ഥി ശേഷിച്ചിട്ടുള്ള ജനങ്ങളുടെ സംഖ്യചുരുങ്ങിയ തരത്തിൽ അല്ലെന്നും അറിയുന്നു .... ചുരുക്കത്തിൽ ജീവിതമാർഗ്ഗങ്ങളും ജീവിക്കുന്നതിനുള്ള ആഹാ

രങ്ങളും മുട്ടിത്തുടങ്ങിയിരിക്കുന്ന സ്വന്തം നാട്ടിൽ സമൃദ്ധിയായിട്ടുണ്ടാകുന്ന മരിച്ചീനിയുടെ വില ക്രമീകരിക്കുന്നതിൽ അധികാരികളുടെ ദൃഷ്ടി പതിയുന്ന പക്ഷം അതു സാധുജനങ്ങൾക്ക് വലിയൊരനുഗ്രഹവും സമാധാനവും ഉണ്ടാകുമായിരുന്നു. ഈ സന്ദർഭത്തിൽ ഞങ്ങൾ നിർദ്ദേശിക്കുന്ന ഉപായം ഗവൺമെന്റ് കഴിയുന്നതും വേഗം കച്ചവടത്തിൽ നിന്ന് ഒഴിഞ്ഞ് കച്ചവടക്കാർക്ക് നെല്ലും അരിയും വരുത്തിക്കൊടുക്കുകയും അവർ അത് ശരിയായി വിൽക്കുന്നുണ്ടോയെന്ന് അന്വേഷണം നിഷ്കർഷമായി ചെയ്താൽ മാത്രം മതിയെന്നാണ്. അല്ലാത്ത പക്ഷം ജനക്ഷേമത്തെ പരിപാലിക്കുന്നതിന് ആഗ്രഹവും സന്മനസ്സുമുള്ള പൗരന്മാരെ (പ്രജാസഭ മെമ്പർമാരെ) ഏല്പിച്ച് അതാത് സ്ഥാനങ്ങളിൽ നടത്തിയാലുംകൊള്ളാം. ഈ വിഷയത്തിൽ ദിവാൻ മിസ്റ്റർ കൃഷ്ണൻ നായരുടെ ദയാദൃഷ്ടിയെ പ്രത്യേകം ക്ഷണിക്കുന്നു.

നാടിന്റെയും ജനങ്ങളുടെയും പ്രശ്നങ്ങളിൽ എത്രമാത്രം ദത്തശ്രദ്ധനും പ്രായോഗിക ബുദ്ധിയുമുള്ള ആളായിരുന്നു *അരയൻ* പത്രാധിപരെന്നതു മുഖപ്രസംഗം വ്യക്തമാക്കുന്നുണ്ടല്ലോ.

ഇപ്പോഴത്തെ സിവിൽ സപ്ലൈസ് വകുപ്പ് ഉദ്യോഗസ്ഥന്മാരും വകുപ്പ് മന്ത്രിയും ഇതു വായിച്ചാൽ തങ്ങളെക്കുറിച്ചാണോ *അരയൻ* പത്രാധിപർ എഴുതിയിരിക്കുന്നതെന്ന് തോന്നിപ്പോകും. ആ വകുപ്പ് അത്രമാത്രം തകർക്കപ്പെട്ടിരിക്കുന്നു.

വിസ്തരഭയത്താൽ ഇനി അധികം മുഖപ്രസംഗങ്ങൾ ഉദ്ധരിക്കുന്നില്ല. എന്നാൽ ആശാന്റെ *ദുരവസ്ഥ*യെക്കുറിച്ചെഴുതിയ ഒരു ഉപമുഖപ്രസംഗം പ്രത്യേകം പരാമർശിക്കുന്നതാണ്. *പദ്യകുസുമാഞ്ജലി* എന്ന തന്റെ കവിതാസമാഹാരത്തിന്റെ മുഖവുരയിൽ ഡോക്ടർ വേലുക്കുട്ടി അരയൻ ഇതേക്കുറിച്ച് എടുത്തു പറയുന്നു. *ദുരവസ്ഥ* പ്രസിദ്ധീകൃതമായതിനെത്തുടർന്ന് 1923 ൽ *ദുരവസ്ഥ*യെ ഖണ്ഡിച്ച് നിരൂപണം ചെയ്യാത്ത പത്രങ്ങൾ തിരുവിതാംകൂറിൽ ഇല്ലായിരുന്നു. ഇസ്ലാം സമുദായത്തെ ആക്ഷേപിച്ചാണ് ആ കവിത എഴുതിയെന്നായിരുന്നു ആക്ഷേപം. ശ്രീ. സി വി കുഞ്ഞിരാമന്റെ പത്രാധിപത്യത്തിൽ കൊല്ലത്തുനിന്നും പ്രസിദ്ധീകരിച്ച *കേരളകൗമുദി* ഇസ്ലാം സമുദായത്തിന് ആക്ഷേപകരമായിട്ടുണ്ടെന്നു പറയുന്ന വരികൾ *ദുരവസ്ഥ*യിൽനിന്നും എടുത്തുകളയണമെന്ന് ആശാനോട് ശക്തിയായി ശുപാർശ ചെയ്തിരുന്നു. ആശാനെ പിന്തുണയ്ക്കാൻ ആരും മുന്നോട്ടു വന്നില്ല.

ശ്രീ. സത്യവ്രതനെപ്പോലെ അപൂർവ്വം ചിലർ എഴുതിയതൊന്നും ആരും പ്രസിദ്ധീകരിച്ചില്ല. ഇനി 1923 ജനുവരി 17-ാം തീയതി *അരയൻ* പ്രസിദ്ധീകരിച്ച മുഖപ്രസംഗത്തിൽ നിന്ന്:

മഹാകവി കുമാരനാശാൻ അവർകളുടെ *ദുരവസ്ഥ* എന്ന കൃതി

മുഹമ്മദീയ ലോകത്തിനു പൊതുവേ അപമാനകരമാണെന്നു മുസ്ലീം സഹോദരങ്ങൾ എങ്ങനെയോ ധരിച്ച് വശായിരിക്കുന്നു. മാപ്പിളലഹളയിൽ മുസ്ലീം സിദ്ധാന്തത്തിനും ഇസ്ലാമികതത്ത്വത്തിനും വിരുദ്ധമായ പരക്രൂരകർമ്മങ്ങളും മാപ്പിളമാർ ചെയ്തിരുന്നത് ചരിത്രവിഷയമായിട്ടുണ്ട്. അക്കാലത്തെ ഒട്ടുമുക്കാലും മലയാള പത്രങ്ങളുടെ പ്രസ്താവനകളിലും ആ തത്ത്വം അടങ്ങിയിരിക്കുന്നു. ആശാന്റെ അറിവ് മാപ്പിള ലഹളയെ സംബന്ധിച്ചിടത്തോളം തെറ്റിയിട്ടില്ല എന്നുള്ളത് യാഥാർത്ഥ്യമാണെങ്കിൽ ലഹളയുടെ കാരണഭൂതന്മാരും കർത്താക്കളുമായ മാപ്പിളമാർ അക്രമികളും ക്രൂരന്മാരും ദുഷ്ടന്മാരും തന്നെയാണ്. *ദുരവസ്ഥ*യിൽ അവരെ അങ്ങനെയുള്ള വിശേഷങ്ങൾകൊണ്ട് വിശേഷിപ്പിച്ചിട്ടുണ്ടെങ്കിൽ മുസ്ലീം ലോകത്തിന് എന്തപമാനമാണുള്ളതെന്ന് ഞങ്ങൾക്കു മനസ്സിലാകുന്നില്ല.

ഏതാനും കൊല്ലങ്ങൾക്കു മുമ്പ് മിസ്റ്റർ ജി രാമൻ മേനോൻ, എം എ *തച്ചോളി ഒതേനൻ* എന്ന വടക്കൻ പാട്ട് അച്ചടിച്ച് പാഠപുസ്തകമാക്കിയിരുന്നു. അതിൽ മുഹമ്മദീയർക്കു മുഴുവനും അപമാനകരമായി മൊട്ടെ എന്ന പരിഹാസപദം ഉപയോഗിച്ചിരുന്നു. അന്നത്തെ നാലാം ക്ലാസ് വിദ്യാർത്ഥിനികളായ മുഹമ്മദീയ ബാലന്മാരും അത് പഠിക്കാൻ നിർബ്ബന്ധിതരായിരുന്നു. എന്നാൽ ആ പദം അതിൽ നിന്നെടുത്തു കളയുവാനോ അല്ലെങ്കിൽ ആ പുസ്തകം തന്നെ പാഠ്യപുസ്തകമാക്കാതിരിപ്പാനോ മുസ്ലീം സഹോദരങ്ങൾ അന്ന് യാതൊന്നും ചെയ്തതായി ഓർക്കുന്നില്ല. നേരെ മറിച്ച് ആ സമുദായത്തിലെ ഏതാനും അക്രമികൾ മാത്രം ക്രൂരദുഷ്ടാദി പദങ്ങളെ *ദുരവസ്ഥ*യിൽനിന്നും എടുത്തുകളയാനും അല്ലാത്തപക്ഷം *ദുരവസ്ഥ* പാഠപുസ്തകമാക്കാതിരിപ്പാനും എത്ര സഭകളും തീർപ്പുകളുമാണ് ഇപ്പോൾ നടത്തുന്നത്. തച്ചോളി ഒതേനന്റെ പ്രസാധകൻ മിസ്റ്റർ മേനോനും ദുരവസ്ഥയുടെ പ്രസാധകൻ ഈഴവനായ ആശാനും ആയതാണ് ഇതിനുകാരണം.

അരയൻ പ്രതാധിപരുടെ അഭിപ്രായത്തോട് നിങ്ങൾക്ക് യോജിക്കുകയോ വിയോജിക്കുകയോ ആവാം. എന്നാൽ തനിക്കു തോന്നിയത് എല്ലാവരും എതിർപ്പാണെന്നു കണ്ടിട്ടും പറയാനുള്ള ചങ്കൂറ്റം സമ്മതിക്കണമല്ലോ. മുഖപ്രസംഗം അവസാനിക്കുന്നിടത്ത് സവർണ്ണമേധാവിത്വത്തിന് എതിരായ ഒരു കത്തുകൂടി ഉണ്ട്.

'കൊച്ചിയിലെ വാലന്മാരുണരണം' എന്നു തുടങ്ങിയ മുഖപ്രസംഗങ്ങൾ സമുദായത്തെ ഉണർത്താൻ പര്യാപ്തമായിരുന്നു. അനാചാരങ്ങൾക്ക് അരയൻ പത്രത്തെ ഡോക്ടർ പടവാളാക്കി. മഹാത്മാ മോഹൻദാസ് കരംചന്ദ് ഗാന്ധിയെക്കുറിച്ച് 1922 മാർച്ച് 15 ലെ *അരയൻ* പത്രത്തിൽ എഴുതിയ മുഖപ്രസംഗം പത്രാധിപരുടെ ദേശാഭിമാനം

എത്രത്തോളമെന്ന് വ്യക്തമാക്കുന്നതായിരുന്നു. 1922 മാർച്ച് 22 ലെ *അരയൻ* പത്രത്തിൽ ക്ഷേത്രപ്രവേശനവാദത്തെക്കുറിച്ചെഴുതിയ മുഖപ്രസംഗം ചങ്ങനാശ്ശേരി പരമേശ്വരൻ പിള്ള, ത്രിവിക്രമൻതമ്പി, മന്നത്ത് പത്മനാഭൻ തുടങ്ങിയവർ ആ വഴിക്ക് നല്കിയ പിന്തുണയെ കലവറ കൂടാതെ ശ്ലാഘിച്ചിരിക്കുന്നു.

ഏത് ആനുകാലിക സംഭവങ്ങളെക്കുറിച്ചും പത്രാധിപർ സജീവതയോടെ പ്രതികരിച്ചു. ആവശ്യത്തിന് ടൈപ്പുകളോ, സൗകര്യമുള്ള പ്രസോ, ഗുണമേന്മയുള്ള കടലാസോ ഇല്ലാതിരുന്ന ആ കാലത്ത് പത്രത്തിലുള്ള സ്ഥലവും സൗകര്യവും എങ്ങനെ പ്രയോജനപ്പെടുത്താമെന്ന് *അരയൻ* പത്രാധിപർ കാണിച്ചു തന്നു. *അരയൻ* തീർത്തും ഒരു വാർത്താപത്രം ആയിരുന്നു. 'സ്വദേശം' എന്ന തലക്കെട്ടിൽ ചുരുക്കിക്കൊടുത്തിരുന്ന വാർത്തകൾ എത്ര ശ്രദ്ധേയമായിരുന്നു. 'വാർത്തകൾ ചുരുക്കത്തിൽ എഴുതാൻ ശ്രമിക്കുന്നവർക്ക് അത് നല്ല മാതൃകയാണ്. *സമുദായം* തിരിച്ചുപറയാൻ ആണെങ്കിൽ അരയസമുദായത്തിലെ ആദ്യത്തെ പത്രപ്രവർത്തകനാണ് ഡോ.വേലുക്കുട്ടി അരയൻ. കരുനാഗപ്പള്ളി താലൂക്കിൽ നിന്ന് ആരും സാഹസത്തിന് മുമ്പ് ഇറങ്ങി പുറപ്പെട്ടതായി തോന്നുന്നില്ല. *അരയനു* പുറമേ *അരയ സ്ത്രീജന മാസിക*യും 1922 ൽ അദ്ദേഹം ആരംഭിച്ചു. അതിന്റെ പത്രാധിപത്യ ചുമതല അദ്ദേഹത്തിന്റെ പത്നിക്കായിരുന്നു എങ്കിലും പിന്നിൽ ഡോക്ടർ തന്നെയായിരുന്നു. ഒരു സമൂഹം നന്നാവണം എങ്കിൽ സ്ത്രീകൾ ബോധവതികളാകണമെന്നും അദ്ദേഹത്തിന് ഉറച്ച വിശ്വാസമുണ്ടായിരുന്നു.

ഈ പ്രസിദ്ധീകരണങ്ങൾക്കു പുറമേ *ധർമ്മപോഷിണി* (1942), *ഫിഷറീസ് മാഗസിൻ* (1948), *കലാകേരളം* (1953), *തീരദേശം* (1953), *ഫിഷറീസ് മാഗസിൻ* (1965-1968), *രാജാഭിമാനി* (1943-1947) എന്നീ പ്രസിദ്ധീകരണങ്ങളുടെയും പത്രാധിപത്യം ഡോ.വേലുക്കുട്ടി അരയൻ വഹിച്ചിട്ടുണ്ട്.

മറ്റ് പ്രസിദ്ധീകരണങ്ങൾക്കും അദ്ദേഹം പല പേരുകളിൽ ലേഖനം എഴുതിയിട്ടുണ്ട്. *ജനയുഗ*ത്തിൽ അദ്ദേഹം എഴുതിയ 'കുറുക്കൻകഥകൾ' കുട്ടികൾക്കും മുതിർന്നവർക്കും ഒരുപോലെ ഹൃദ്യമായിരുന്നു. സ്വന്തം പുറമേ ത്രിവിക്രമൻ, വജ്രസൂചി എന്നീ തൂലികാനാമങ്ങളും ഡോ.വേലുക്കുട്ടി അരയൻ ഉപയോഗിച്ചിരുന്നു. ദേശസ്നേഹിയും മാനവികത മുദ്രവാക്യമായി സ്വീകരിച്ചിരുന്ന ദേഹവുമായിരിക്കുമ്പോൾ സ്വന്തം സമുദായത്തിന് ഊനം തട്ടുന്ന നടപടി ആരുടെ ഭാഗത്തു നിന്നുണ്ടായാലും പത്രാധിപർ ശക്തമായി പ്രതികരിക്കുമായിരുന്നു. തകഴിയുടെ വിശ്രുതമായ *ചെമ്മീൻ* എന്ന നോവലിൽ അരയ സമുദായത്തെ ചിത്രീകരിച്ചതിലുള്ള പാകപ്പിഴകൾ ചൂണ്ടിക്കാണിച്ചുകൊണ്ടെഴുതിയ വിമർശനവും ശ്രീ. സി വി കുഞ്ഞിരാമന്റെ *വ്യാസഭാരത*ത്തിൽ അരയന്മാർക്ക് അപകർഷകമായ ഭാഗം എടുത്തുകളയണമെന്നാവശ്യപ്പെട്ടുകൂടിയ യോഗത്തിൽ ചെയ്ത അദ്ധ്യക്ഷപ്രസംഗവും ഹിന്ദുമണ്ഡല രൂപീകരണ കാലത്ത് (1950) ശ്രീ. മന്നത്തു പത്മനാഭൻ അരയന്മാരെ ആക്ഷേപിച്ചുകൊണ്ട് ആലുവായിൽ

ചെയ്ത പ്രസംഗത്തെ വിമർശിച്ചുകൊണ്ട് പത്രങ്ങളിൽ എഴുതിയ ലേഖനവും അതിനുദാഹരണങ്ങളാണ്. ഡോ. വേലുക്കുട്ടി അരയന്റെ നാനാമുഖമായ കഴിവുകളും അദ്ദേഹം സമുദായത്തിനും രാജ്യത്തിനും വേണ്ടി ചെയ്ത സേവനങ്ങളും വിശദമായി പഠിക്കേണ്ടതും വിലയിരുത്തേണ്ടതുമാണ്.

സ്മര്യപുരുഷനും ഞാനും തമ്മിലുള്ള ബന്ധത്തെക്കുറിച്ച് ലേഖനത്തിൽ വിസ്തരിച്ചെഴുതുന്നത് ഉചിതമാണെന്നു തോന്നുന്നില്ല. ഞാൻ ജനിക്കുന്നതിന് 10 കൊല്ലം മുമ്പാണ് അദ്ദേഹം *അരയൻ* പത്രം തുടങ്ങിയത്. പ്രായത്തിൽ അത്രയും അന്തരം ഉണ്ടായിരുന്നു. പിതൃനിർവ്വിശേഷമായ സ്നേഹമാണ് അദ്ദേഹം പുലർത്തിയിരുന്നത്. അദ്ദേഹത്തിന്റെ പുത്രന്മാരായ രവീന്ദ്രനും നാഗേന്ദ്രനും ശശീന്ദ്രനും ഒക്കെ എന്റെ സ്വന്തം സഹോദരന്മാരെപ്പോലെയാണ്. ജീവിതത്തിന്റെ തിരക്കിലും വഴിപിരിഞ്ഞുള്ള യാത്രയ്ക്കിടയിലും അധികം ഇടപഴകാൻ കഴിയുന്നില്ലെങ്കിലും ആ ബന്ധത്തിന്റെ കെട്ടുറപ്പിന് കോട്ടം ഇല്ല. ഡോ. വേലുക്കുട്ടി അരയന്റെ ജന്മവാർഷികം പ്രമാണിച്ച്, കൊട്ടും കുരവയും ഇല്ലാതെയാണെങ്കിലും ചെറിയഴീക്കലെ അരയവംശപരിപാലന യോഗത്തിന്റെ ഓഫീസ് മന്ദിരത്തിൽ ഡോ. വേലുക്കുട്ടി അരയന്റെ ഛായാചിത്രം അനാവരണം ചെയ്യാൻ എന്നെ നിയോഗിച്ചത് അദ്ദേഹവുമായി എനിക്കുള്ള മാനസികമായ അടുപ്പം സംഘാടകർക്കറിയാമെന്നതുകൊണ്ടായിരിക്കാം എന്ന് കരുതുന്നു.

സാമൂഹ്യനീതിക്കു വേണ്ടി ആസേതുഹിമാചലം സമരകാഹളം മുഴങ്ങുന്ന ഈ ഘട്ടത്തിൽ ഇതിനുവേണ്ടി ദശാബ്ദങ്ങൾക്ക് മുമ്പ് പടപൊരുതിയ വൈക്കം സത്യഗ്രഹത്തിന് സംഘടനാപരമായും സാമ്പത്തികപരമായും പ്രചരണപരമായും സഹായം നല്കുകയും ടി കെ മാധവന്റെ വലംകൈയായി പ്രവർത്തിക്കുകയും ചെയ്ത വേലുക്കുട്ടി അരയനെ കുറിച്ചുള്ള സ്മരണ കൂടുതൽ ആവേശം പകരുന്നു. സാമൂഹ്യനീതി പുലരുന്ന ഒരു സമൂഹത്തിൽ സ്മരണീയരുടെ ഒന്നാംനിരയിൽ ഡോ. വേലുക്കുട്ടി അരയന് എന്നും സ്ഥാനമുണ്ടായിരിക്കും. മലയാളഭാഷ ഉള്ളിടത്തോളം *അരയൻ* പത്രവും ഡോ.വേലുക്കുട്ടി അരയനും സ്മരിക്കപ്പെടുമെന്നതിൽ സംശയമില്ല.

(1994 ലെ സ്മരണികയിൽ നിന്ന്)

കേരളീയ നവോത്ഥാനരംഗത്തെ ഉജ്ജ്വല നക്ഷത്രം

ഡോ. പുതുശ്ശേരി രാമചന്ദ്രൻ

വെട്ടിമുറിക്കുകീക്കാൽച്ചങ്ങല വിഭോ
പൊട്ടിച്ചെറിയുകീക്കൈവിലങ്ങും

എന്നൊരു മഹാകവി ഹൃദയംപൊട്ടി കരയുന്നത് കേട്ടുകൊണ്ടാണ് കഴിഞ്ഞ നൂറ്റാണ്ട് കൺതുറക്കുന്നത്. വിശ്വവചസ്സായ ആ മഹാകവി തുടരെത്തുടരെ നടത്തിയ സിംഹഗർജ്ജനങ്ങളിലൂടെ സഹജാതരെയൊക്കെ വിളിച്ചുണർത്തി. അത് കണ്ടും കേട്ടും വളർന്ന തലമുറ സ്വന്തം കാലിലും കൈയിലുമുള്ള ചങ്ങലക്കെട്ടുകൾ കണ്ട് ഞെട്ടിത്തരിച്ചു. കേരളത്തിലെ പിന്നോക്കവിഭാഗങ്ങൾ ഒന്നൊന്നായി ഉണർന്നെഴുന്നേല്ക്കാൽ തുടങ്ങി. സംഘടിച്ച് ശക്തി നേടാനും വിദ്യാഭ്യാസത്തിലൂടെ മുൻനടക്കാനും കേരളക്കരയിലെ ജനവിഭാഗങ്ങൾക്ക് ആഗ്രഹമേറി. ഈ കാലഘട്ടത്തിൽ കരുനാഗപ്പള്ളിയിലെ ചെറിയഴീക്കൽ ഗ്രാമത്തിന്റെ കായലോരത്ത് ഒരു ഉജ്ജ്വലനക്ഷത്രത്തിന്റെ ഉദയമുണ്ടായി. വേലുക്കുട്ടി എന്നൊരു അരയബാലൻ.

അക്കാലത്ത് നാട്ടിൽ കിട്ടാവുന്ന നല്ല വിദ്യാഭ്യാസമെല്ലാം ആ അരയബാലൻ സ്വായത്തമാക്കി. നാമെല്ലാം കണ്ണടച്ചു പഴിക്കുന്ന കേരളത്തിലെ ബ്രാഹ്മണരിൽ ഉദാരമതികളായ കുറെ വിദ്യാവ്യസനികളുമുണ്ടായിരുന്നു. അയൽഗ്രാമമായ പ്രയാറ്റെ അമ്മാതിരി ഒരു കുടുംബത്തിൽ നിന്ന് വേലുക്കുട്ടിക്കു അക്ഷരത്തിന്റെ ആദ്യപ്രകാശം പകർന്നുകിട്ടി. ആയുർവ്വേദ വിദ്യയുടെ 'നളന്ദ'യായ ചാവർക്കോട്ടു നിന്ന് വൈദ്യവും സംസ്കൃതപാണ്ഡിത്യത്തിന്റെ 'തക്ഷശില'ാചാര്യനായ പരവൂർ കേശവനാശാനിൽ നിന്ന് സംസ്കൃതവും പഠിച്ച വേലുക്കുട്ടി അവിടം കൊണ്ടു മാത്രം തൃപ്തനായില്ല. ആധുനിക ചികിത്സാരീതികളിൽ ചെലവേറിയതും ചെലവു ചുരങ്ങിയതുമായ രണ്ട് പ്രധാനമാർഗ്ഗങ്ങൾ അന്വേഷിച്ചിറങ്ങി. മദിരാശിയിൽപ്പോയി അലോപ്പതി പഠിച്ചു. തന്റെ നാട്ടിലെ ദരിദ്രവിഭാഗത്തിനു വേണ്ടി ചെലവുകുറഞ്ഞ ഹോമിയോ ചികിത്സ പഠിക്കാൻ കൽക്ക

ത്തയിലേക്ക് പോയി. കൽക്കത്തയിൽ പോയി വേദാന്തം പഠിച്ചുപോന്ന കുമാരനാശാന്റെ പിൻഗാമിയായി വേലുക്കുട്ടി പോയത് ഹോമിയോ ചികിത്സ പഠിക്കാനാണ്. ആശാൻ വേദാന്തം കൊണ്ടു ചികിത്സിച്ചപ്പോൾ യുക്തിവാദിയായ വേലുക്കുട്ടി അരയൻ ഭൗതിക ചികിത്സാ പദ്ധതികൂടി വേണമെന്നുറച്ചു. താൻ ജനിച്ച സമുദായത്തിന്റെ മുഖ്യതൊഴിലായ മത്സ്യ ബന്ധനത്തെപ്പറ്റിയുള്ള ശാസ്ത്രീയപഠനവും (ഫിഷറീസ്) നിയമപഠന വും മദിരാശിയിലുണ്ടായിരുന്ന ഫെഡറിക് നിക്കോൾസൺ സായിപ്പിൽ നിന്നു ഹൃദിസ്ഥമാക്കി.

പതിനാലാം വയസ്സിൽ സാമൂഹിക സേവനം ആരംഭിച്ച വേലുക്കുട്ടി, അതിനെ പുഷ്ടിപ്പെടുത്താൻ വേണ്ടിത്തന്നെ ഇരുപത്തിനാലാം വയസ്സു വരെ വിദ്യാഭ്യാസവും തുടർന്നു കൊണ്ടേയിരുന്നു. വായനശാലാ പ്രവർത്തനത്തിൽ തുടങ്ങി സമുദായ സംഘടനയിൽ പയറ്റി ഭാരത ത്തിന്റെ സ്വാതന്ത്ര്യസമരരംഗത്തേക്ക് കടന്നുവന്ന ഈ വിപ്ലവകാരിയുടെ സാഹസിക ജീവിതം പുതിയ തലമുറ ഒരു പാഠപുസ്തകംപോലെ പാഠ്യ വിഷയമാക്കേണ്ടതാണ്.

സ്വന്തം പേരിനോട് അരയൻ എന്ന ജാതിനാമം ചേർത്തുപിടിക്കു ന്നതിൽ നിർബ്ബന്ധബുദ്ധി കാട്ടിയത് എന്തിനാണെന്ന് ഞാൻ ആലോചി ച്ചിട്ടുണ്ട്. ചെറിയഴീക്കലിൽ നിന്ന് ' അരയവംശ പരിപാലനയോഗം' എന്ന് പേരിട്ട് ഒരു സമുദായ സംഘടന തുടങ്ങി. അതു പിന്നീട് 'സമസ്തകേ രള അരയമഹാജനയോഗം' ആയി കേരളമാകെ വ്യാപിപ്പിച്ചു വികസിപ്പി ച്ചു. അതിന്റെ പ്രവർത്തനത്തിന് *അരയൻ* മാസിക തുടങ്ങി. അരയനെ ധീവരനാക്കുകയെന്ന ലക്ഷ്യമായിരുന്നു മുമ്പിൽ. പക്ഷേ, സംഘടനയെ ധീവര സംഘടനയെന്നപേരിൽ ആഢ്യവല്കരിക്കാൻ ആഗ്രഹിച്ചില്ല. എല്ലാ അരയന്മാരെയും ചേർത്തു നിർത്തി അരയസംഘടനയ്ക്ക് രൂപം നല്കിയ വേലുക്കുട്ടി അരയൻ അതുകൊണ്ട് തൃപ്തനായില്ല. അരയന്മാ രിലെ ഭൂരിഭാഗം വരുന്ന നാവിക തൊഴിലാളികളെക്കൂടി ചേർത്ത് തൊഴി ലടിസ്ഥാനത്തിൽ 'അഖില തിരുവിതാംകൂർ നാവികത്തൊഴിലാളി സംഘം' എന്ന് മറ്റൊന്നുകൂടി സംഘടിപ്പിക്കുമ്പോൾ കേരളത്തിൽ ട്രേഡ് യൂണിയൻ പ്രവർത്തനത്തിന്റെ അടിസ്ഥാന ശില പാകുകയായിരുന്നു ആ ദീർഘദർശിയെന്നോർക്കണം.

ജന്മനാട്ടിൽ ഒരു സ്കൂൾ ഉണ്ടാക്കി സർക്കാരിനു വിട്ടുകൊടുക്കുക, കടപ്പുറത്തെ മിനറൽ വർക്കേഴ്സിനെയും പോർട്ടുവർക്കേഴ്സിനെയും തൊഴിലടിസ്ഥാനത്തിൽ സംഘടിപ്പിക്കുകയും ഒടുവിൽ ആദ്യതിരഞ്ഞെ ടുപ്പിൽ കമ്യൂണിസ്റ്റ് സ്ഥാനാർത്ഥിയായി തന്നെ നിന്ന് മത്സരിക്കുകയും ചെയ്ത ചരിത്രവും വേലുക്കുട്ടി അരയൻ എന്ന പണ്ഡിത ശ്രേഷ്ഠന്റെ പിന്നിലുണ്ട്.

ഗാന്ധിജി ഇന്ത്യൻ സ്വാതന്ത്ര്യസമരത്തിലേക്ക് പ്രവേശിക്കുന്ന കാലം മുതൽ സ്വാതന്ത്ര്യലബ്ധിവരെ നാഷണൽ കോൺഗ്രസിന്റെ സജീവപ്ര വർത്തകനായിരുന്നയാളാണ് സ്വാതന്ത്ര്യലബ്ധിയെ തുടർന്നുവന്ന

ആദ്യത്തെ തിരഞ്ഞെടുപ്പിൽ കമ്യൂണിസ്റ്റ് സ്ഥാനാർത്ഥിയായി മത്സരിച്ചത്. തിരുവിതാംകൂറിലെ സ്റ്റേറ്റ് കോൺഗ്രസിന്റെ പ്രവർത്തനശൈലിയോട് യോജിച്ചുപോകാനാവാതെ മദ്ധ്യതിരുവിതാംകൂറിലെ ആദ്യകാല സ്വാതന്ത്ര്യസമരസേനാനികളായ യുവജനവിഭാഗമാകെ കോൺഗ്രസ് വിട്ട് കമ്യൂണിസ്റ്റ് പ്രസ്ഥാനത്തിലേക്ക് പോയത് 1948 ഒക്ടോബറിലാണ്. കായംകുളം ഡി സി സെക്രട്ടറിയായ കാമ്പിശ്ശേരി കരുണാകരനും പ്രസിഡന്റ് ടി എ മൈതീൻകുഞ്ഞും വിദ്യാർത്ഥിരംഗത്തെ നേതാവ് തോപ്പിൽഭാസിയും ഒന്നിച്ച് വിദ്യാർത്ഥി കോൺഗ്രസിന്റെ ഭരണിക്കാവ് യൂണിറ്റ് പ്രസിഡന്റും മദ്ധ്യതിരുവിതാംകൂർ ആക്ഷൻ കമ്മിറ്റി മെമ്പറുമായിരുന്ന ഈ ലേഖകനും കോൺഗ്രസ് വിട്ട് പുതുപ്പള്ളി രാഘവന്റെ നേതൃത്വത്തിൽ കമ്യൂണിസ്റ്റ് പാർട്ടിയിൽ ചേർന്ന വർഷമാണ് വേലുക്കുട്ടി അരയൻ കരുനാഗപ്പള്ളി ഒന്നാം നിയോജകമണ്ഡലത്തിൽ നിന്നും ടി എ മൈതീൻകുഞ്ഞ് സ്വതന്ത്രറിബൽ സ്ഥാനാർത്ഥിയായി രണ്ടാം മണ്ഡലത്തിൽനിന്നും മത്സരിച്ചത്. ഡോ. വേലുക്കുട്ടി അരയനുമായി അടുത്തിടപഴകാൻ ആരംഭിച്ചത് അന്നാണ്. ആ പരിചയപ്പെടലിനുശേഷം എന്റെ സാഹിത്യപ്രവർത്തനങ്ങളെ ശ്രദ്ധാപൂർവ്വം നോക്കിക്കാണുകയും പ്രത്യേക വാത്സല്യത്തോടും താല്പര്യത്തോടും കത്തുകൾ അയയ്ക്കുകയും ചെയ്തുപോന്നു.

ഡോക്ടറുടെ അന്ത്യകാലത്തോടടുത്ത് ഒരു ദിവസം *ജനയുഗ*ത്തിൽ വച്ച് കാമ്പിശ്ശേരി എന്നോടു പറഞ്ഞു. “ഡോ. വേലുക്കുട്ടി അരയൻ നമ്മളെ രണ്ടുപേരെയും കാണാൻ ആഗ്രഹിക്കുന്നു. നല്ല സുഖമില്ല. വീട്ടിൽത്തന്നെ വിശ്രമമാണ്. നമുക്കവിടം വരെ പോകണം. നേരത്തെ അറിയിച്ചിട്ടു ചെല്ലണമെന്നാണ് പറഞ്ഞത്” അങ്ങനെ ആ ആഴ്ച തന്നെ നേരത്തെ അറിയിച്ചിട്ട് ഞങ്ങൾ ചെറിയഴീക്കലെ വീട്ടിൽ ചെന്ന് ഡോക്ടറെ കണ്ടു. ഞങ്ങൾ ചെല്ലുമ്പോൾ എന്തു സന്തോഷമായിരുന്നു ഡോക്ടർക്ക്. ഞങ്ങളെ സൽക്കരിക്കാൻ വിഭവസമൃദ്ധമായ ഊണ് തയ്യാറാക്കിയിരുന്നു. ഒരു പകൽ മിക്കവാറും അവിടെക്കഴിച്ചിട്ടാണ് മടങ്ങിപ്പോന്നത്. അത് അവസാനത്തെ കൂടിക്കാഴ്ചയായിരുന്നു.

താൻ ജീവിക്കുന്ന കാലഘട്ടത്തിന്റെ മുമ്പേ നടക്കാൻ കഴിയുക എന്നത് അധികം പേർക്കും കഴിയുന്നകാര്യമല്ല. കഴിഞ്ഞ നൂറ്റാണ്ടിന്റെ ആദ്യപകുതി സാമൂഹിക രാഷ്ട്രീയ പ്രവർത്തകരെ സംബന്ധിച്ച് കഠിനാദ്ധ്വാനത്തിന്റെ കാലഘട്ടമായിരുന്നു. അക്കാലത്തു കായലോരത്തെ ഒരു കുഗ്രാമത്തിൽ പിന്നോക്കവിഭാഗത്തിൽ ജനിച്ച ബാലൻ തന്റെ നാടിന്റെ ഭാവി ഭാഗധേയത്വം നിർണ്ണയിക്കുന്ന ചരിത്രസംഭവങ്ങൾക്ക് മുന്നിലെല്ലാം ധീരനായി, പതാകവാഹകനായി നിന്ന് പട നയിച്ചുവെന്ന വസ്തുത അതിന്റെ പ്രാധാന്യത്തോടെ കാണാൻ എത്രപേർക്ക് കഴിഞ്ഞിട്ടുണ്ട്. താൻ ജീവിച്ച കാലത്ത് കേരളത്തിലും പുറത്തുമുണ്ടായിരുന്ന പ്രമുഖ വ്യക്തികളോടൊപ്പം ചേർന്ന് പ്രവർത്തിക്കാനും അവരുടെ പ്രശംസ പിടിച്ചുപറ്റാനും ഡോക്ടർക്ക് കഴിഞ്ഞതെങ്ങനെയാണ്?

അന്വേഷിക്കേണ്ടതാണ്; പഠിക്കേണ്ടതാണ്.

തിരുവിതാകൂറും കൊച്ചിയും മലബാറുമായി വേറിട്ടുകിടന്ന കേരളത്തിൽ ഒരു 'സമസ്ത കേരളീയ അരയ മഹാജനയോഗം', സ്വപ്നം കാണാനും യാഥാർത്ഥ്യമാക്കാനും കഴിഞ്ഞു എന്നത് കേരളചരിത്രത്തിലെ ഒരവിസ്മരണീയ സംഭവമാണ്. *അരയൻ* എന്നൊരു പത്രം ഒരു കുഗ്രാമത്തിൽ നിന്ന് നിലനിർത്തിക്കൊണ്ടുപോവാനും ഭരണകൂടത്തിനും സമ്പന്നവർഗ്ഗത്തിനുമെതിരെ പോരാടാനുള്ള പടവാളായി അതിനെ രൂപപ്പെടുത്താനും കഴിഞ്ഞുവെന്നത്- അതിനുവേണ്ടി സ്വന്തം പ്രസ് തന്നെ സ്ഥാപിക്കാനായത്-ഇതൊക്കെ അക്കാലത്ത് സാമാന്യനായ ഒരാൾക്കു സ്വപ്നം കാണാൻ പോലും സാദ്ധ്യമായിരുന്നില്ല. വലിയ വലിയ ഭ്രാന്തൻ സ്വപ്നങ്ങൾ കാണാൻ കഴിയണമെങ്കിൽ വലിയ മനസ്സും വലിയ ഇച്ഛാശക്തിയും കൂടിയേ തീരൂ. അത്തരക്കാരെയാണ് ചരിത്രം എന്നും മഹാത്മാവ് എന്ന് കുറിച്ച് വയ്ക്കുന്നത്. കഴിഞ്ഞനൂറ്റാണ്ടിൽ മദ്ധ്യതിരുവിതാംകൂർ കേരളത്തിനും ഭാരതത്തിനും സംഭാവന ചെയ്ത അസാമാന്യ രത്നങ്ങളിൽ ഏറെ തിളക്കമാർന്ന ഒന്നാണ് ഡോ. വേലുക്കുട്ടി അരയൻ. പക്ഷേ, അദ്ദേഹത്തെക്കൊണ്ടു സ്വതന്ത്രരായ സ്വന്തം സമുദായമോ പിൻതലമുറയോ ആ മഹാ ജ്യോതിസിന്റെ പ്രാധാന്യം അറിയുന്നില്ല. മക്കളോ കൊച്ചുമക്കളോ മുന്നോട്ടുവരാനില്ലെങ്കിൽ എത്ര വലിയ മഹാന്മാരായാലും വിസ്മരിക്കപ്പെട്ടു പോകുന്ന കൃതഘ്നമായ ഒരു കെട്ടകാലത്താണ് നാമിന്നു ജീവിക്കുന്നത്. പുതിയ തലമുറ ഇന്നനുഭവിക്കുന്ന സുഖസൗകര്യങ്ങളും സ്വാതന്ത്ര്യവും എങ്ങനെ വന്നു ചേർന്നതാണെന്ന് അവർ അറിയുന്നില്ല. അവരെ ഇക്കാര്യങ്ങൾ ഒന്നും ഓർമ്മിപ്പിക്കുവാൻ ഇവിടെ ആരുമില്ലാതായിരിക്കുന്നു. അധികാരത്തിനും പ്രശസ്തിക്കും വേണ്ടി എല്ലാ മൂല്യങ്ങളും ഉപേക്ഷിച്ച് ഉടുതുണി ഉരിഞ്ഞുപോയതുപോലുമറിയാതെ നെട്ടോട്ടമോടുന്ന ഒരു ഭ്രാന്തൻ കാലഘട്ടത്തിൽ ഈ നക്ഷത്രങ്ങളെ പ്രോജ്ജ്വലിപ്പിച്ചു നിർത്താൻ ഇവിടെയാരുണ്ട്?

നമുക്കു പാശ്ചാത്യരിൽനിന്നും കിട്ടിയ പുതിയ വിദ്യാഭ്യാസത്തിന്റെ അധിനിവേശ സംസ്കാരം ഇന്നും ഇവിടെ അടിമത്തം സൃഷ്ടിച്ചുകൊണ്ടുതന്നെ നിലനില്ക്കുന്നു. നമ്മുടെ ദേശീയചരിത്രം ഇന്നും പഠനവിഷയമാക്കപ്പെട്ടിട്ടില്ല. അധിനിവേശകാലഘട്ടത്തിലെ ആക്രമണകാരികളുടെ വീരകഥകൾ ചരിത്രപുസ്തകങ്ങളിൽനിന്നും സ്ഥലം വിടാതെ പറ്റിപ്പിടിച്ചു കിടക്കുകയാണ്. നമ്മുടെ സവോത്ഥാനനായകന്മാരെ ജന്മനാടു പോലും അറിയാൻ ഈ വിദ്യാഭ്യാസം സഹായിക്കുന്നില്ല.

ക്ലൈവും വാറൻഹേസ്റ്റിങ്സും വെല്ലിങ്ടണും നെപ്പോളിയനും ഡ്യൂപ്ലെയുമെല്ലാം നമുക്കു സുപരിചിതരാണ്. ആര്യഭട്ടനോ നാഗാർജ്ജുനനോ ദിങ്നാഗനോ റാം മോഹൻ റോയിയോ പേരുകൊണ്ടുപോലും പുതിയ വിദ്യാഭ്യാസത്തിൽ പ്രതിഷ്ഠിക്കപ്പെട്ടില്ല. ഇതെല്ലാം അന്വേഷിക്കാൻ നമുക്കെവിടെ നേരം? പാർട്ടി അടിസ്ഥാനത്തിൽ സംസ്കാരം കെട്ടിപ്പടുക്കുന്നവർക്ക് പാണ്ഡിത്യത്തോട് എന്നും ഒരുവക പുച്ഛമനോഭാവമേ

ഉണ്ടായിട്ടുള്ളു. അല്ലെങ്കിൽത്തന്നെ വാചാലതയെ ആദരിക്കാനല്ലാതെ പാണ്ഡിത്യത്തെ തിരിച്ചറിയാൻ കഴിയുന്ന മനുഷ്യത്വം നമ്മുടെ രാഷ്ട്രീയ നേതൃത്വത്തോട് വിട പറഞ്ഞിരിക്കുകയാണല്ലോ.

എന്റെ ബാല്യകൗമാര യൗവനത്തുടിപ്പുകളിൽ ഒരു പ്രചോദനശക്തിയായിരുന്ന, നാട്ടുകാരൻകൂടിയായ ഒതു ശ്രേഷ്ഠസുഹൃത്തിന്റെ ജീവിതായോധനചരിത്രത്തിലൂടെ കണ്ണോടിച്ചുപോയപ്പോൾ അനുഭവപ്പെട്ട ചില ആത്മനൊമ്പരങ്ങളാണ് ഞാനിവിടെ കുറിച്ചിടുന്നത്. വിശദമായ പഠനം അർഹിക്കുന്ന അതിധീരനും മഹാപണ്ഡിതനും കർമ്മകുശലനുമായ ഈ മാതൃകാപുരുഷന്റെ ജീവിതകഥ അതിന്റെ വികാരാർദ്രതയോടെ പഠിക്കാൻ കഴിയുമെങ്കിൽ പുതിയ തലമുറയ്ക്ക് അത് ശക്തിപകരുമെന്ന് എനിക്കുറപ്പുണ്ട്. വിപുലമായ ഒരു ജീവചരിത്രം, ഡോ. വേലുക്കുട്ടി അരയന്റേത് ഈ കാലഘട്ടത്തിന് ഒരു ഉജ്ജീവനൗഷധവും. ഡോക്ടർ വള്ളിക്കാവ് മോഹൻദാസ് എഴുതിയ *അരയൻ* എന്ന പ്രൗഢമായ ജീവചരിത്ര ഗ്രന്ഥം ഇത്തരത്തിൽ സ്മരണീയമാണ്.

കുറെ ഓർമ്മകൾ

പി ജി വേലായുധൻ നായർ

വേലുക്കുട്ടി അരയൻ എന്ന പേര് അദ്ദേഹം തിരഞ്ഞെടുപ്പിൽ മത്സരിച്ച കാലംതൊട്ട് ഞാൻ ശ്രദ്ധിക്കുന്നതാണ്. കാരണം എനിക്ക് കമ്യൂണിസ്റ്റ് പാർട്ടിയോട് അമിതമായ താല്പര്യം തോന്നി, അതിൽ സജീവമായി പ്രവർത്തിച്ചുകൊണ്ടിരിക്കുന്ന കാലം. കോൺഗ്രസിനു മാത്രം ആധിപത്യമുള്ള കാലം. ഒരു കോൺഗ്രസ് സ്ഥാനാർത്ഥിയോട് മത്സരിക്കാൻ കമ്യൂണിസ്റ്റ് സ്വതന്ത്രനായി ഡോക്ടർ വി വി വേലുക്കുട്ടി അരയന് താല്പര്യം തോന്നി. അദ്ദേഹം ജയിക്കുമോ എന്ന് ചിന്തിക്കേണ്ട കാര്യമില്ല. കാരണം അന്ന് വിജയം കോൺഗ്രസിനുമാത്രം. പക്ഷേ, ഇവിടെ സ്ഥാനാർത്ഥി സാധാരണക്കാരനല്ല. മദ്ധ്യതിരുവിതാംകൂറിലെ ഒരു കടലോര ഗ്രാമത്തിൽ മത്സ്യബന്ധനംമാത്രം തൊഴിലായി സ്വീകരിച്ച ഒരു വിഭാഗം ജനങ്ങളുടെ ആരാദ്ധ്യനാണ്.

പാറശ്ശാല മുതൽ കാസർകോഡുവരെയുള്ള അരയന്മാരെ മുഴുവൻ സംഘടിപ്പിച്ച് 'സമസ്തകേരളീയ അരയ മഹാജനയോഗം' എന്ന പേരിൽ ഒരു സംഘടനയുണ്ടാക്കി പ്രവർത്തിച്ചുകൊണ്ടിരുന്ന വ്യക്തിയാണ്. അവരുടെ ഉന്നമനത്തിനുവേണ്ടി അവരുടെ അവശതകളും ആവശ്യങ്ങളും അധികാരസ്ഥാനങ്ങളിൽ എത്തിക്കാൻ പത്രം സ്വന്തം പ്രസിൽ അച്ചടിച്ച് പ്രസിദ്ധപ്പെടുത്തുകയും ചെയ്യുന്ന വ്യക്തിയാണ്. അങ്ങനെയൊരാൾ നിയമസഭയിൽ എത്തേണ്ടതല്ലേ? പക്ഷേ, വിജയിച്ചതോ കോൺഗ്രസ്. നിയമസഭയിൽ എത്താൻ കഴിഞ്ഞില്ലെങ്കിലും അദ്ദേഹത്തിന്റെ ഉറ്റമിത്രമായ പട്ടം താണുപിള്ള, സർക്കാരിന്റെ വിവിധ കമ്മിറ്റികളിൽ ഔദ്യോഗിക അംഗമാക്കി ഡോ. അരയന്റെ സേവനം പ്രയോജനപ്പെടുത്തി. ഈ കമ്മിറ്റികളിൽ അദ്ദേഹത്തിനു പറയാനുള്ളതും ചെയ്യാനുള്ളതും പരമാവധി

പ്രയോജനപ്പെടുത്തി. അരയസമുദായത്തെ മാത്രമല്ല; മറ്റു പിന്നോക്ക സമുദായക്കാരെക്കൂടി ഉൾപ്പെടുത്തി 'മറ്റു പിന്നോക്ക സമുദായഫെഡറേഷൻ' എന്ന പേരിൽ ഒരു സംഘടന ഉണ്ടാക്കി. ഇതിന്റെ ആസ്ഥാനം തിരുവനന്തപുരം തന്നെയായിരുന്നു. ശങ്കരഗണകൻ എന്ന വക്കീലായിരുന്നു ഇതിന്റെ സെക്രട്ടറി. അദ്ദേഹത്തിന്റെ ഓഫീസിൽ വച്ചാണ് ഞാൻ വേലുക്കുട്ടി അരയനെ നേരിട്ടുകാണുന്നത്. സുബ്രഹ്മണ്യം മുതലാളി (മെരിലാന്റ്), അറുമുഖം ചെട്ടിയാർ തുടങ്ങിയ പ്രമുഖർ ഇതിന്റെ സംഘാടകർ ആയിരുന്നു. സംഘാടനയുടെ പ്രവർത്തനങ്ങളെപ്പറ്റിയും ഉദ്ദേശ്യശുദ്ധിയെപ്പറ്റിയും പുരോഗമനങ്ങളെപ്പറ്റിയും അദ്ദേഹം വിശദീകരിച്ചുതരുമായിരുന്നു. ശുദ്ധകമ്യൂണിസ്റ്റായ എനിക്ക് അതൊരു പുതിയ അറിവായിരുന്നു. സംഘടിപ്പിച്ച് കമ്യൂണിസ്റ്റാക്കുക; അതായിരുന്നു അദ്ദേഹം. കമ്യൂണിസ്റ്റുകാരെ സംഘടിപ്പിക്കലാണല്ലോ എന്റെ മേഖല. രണ്ടും ഫലത്തിൽ ഒന്ന്. അദ്ദേഹം മത്സ്യത്തൊഴിലാളികളെ ഏകീകരിച്ച് ഉദ്ധരിക്കാൻ ശ്രമിച്ചു. ഞാൻ കർഷകരേയും കർഷകത്തൊഴിലാളികളേയും സംഘടിപ്പിച്ചു പ്രവർത്തിച്ചു. പ്രവർത്തനമേഖലയിലെ ഈ സമാന സ്വഭാവം എനിക്ക് അദ്ദേഹത്തോട് കൂടുതൽ അടുക്കാനും അറിയാനും പ്രേരണയായി.

ഈ സമയത്ത് അദ്ദേഹം മക്കളെ കോളേജിൽ വിട്ട് പഠിപ്പിക്കാൻ വേണ്ടി തിരുവനന്തപുരത്ത് കാലടിയിൽ ഒരു വാടകവീട്ടിലേക്ക് താമസം മാറിയിരുന്നു. നഗരത്തിലെ പ്രധാന കോളേജുകളിൽ മൂന്ന് മക്കൾ പഠിക്കുന്നുണ്ടായിരുന്നു. ഒരാൾ വിമൻസ് കേളേജിൽ. രണ്ടുപേർ എം ജി കോളേജിലും. ഞാൻ ഇടയ്ക്കിടക്ക് അദ്ദേഹത്തെ കാണാറുണ്ടായിരുന്നു. ടോക്സ്റ്റൈൽ കമ്മിറ്റിയുടെ അംഗമായിരുന്നപ്പോൾ അതു നടക്കുന്നത് മിക്കവാറും ഗ്രാന്റ് ഉഡുപ്പിയിലായിരിക്കും. അവിടെ വച്ച് മിക്കവാറും കാണും. എം ജി കോളേജിന്റെ പണി പൂർത്തിയായിരുന്നില്ല. അതിന്റെ സംഭാവനപിരിക്കലും മറ്റുമായി മന്മഥൻ സാറിന്റെ നേതൃത്വത്തിൽ ഒരു സംഘം പ്രമാണിമാർ കാലടിയിലുള്ള വാടകവീട്ടിലെത്തി ഡോ. അരയനെയും കൂട്ടി പിരിവിനിറങ്ങി. ദൗത്യം വിജയകരമാക്കുകയും എൻ എസ് എസിന്റെ ആജീവനാന്ത മെമ്പർഷിപ്പ് എടുക്കുകയുംചെയ്തു. അടുത്ത ദിവസങ്ങളിലൊക്കെ ഞാൻ അദ്ദേഹത്തെ കാണുകയും ഈ വിവരങ്ങൾ അറിയുകയും ചെയ്യുന്നുണ്ടായിരുന്നു.

ഒരുദിവസം കാലടിയിലേ വീട്ടിൽ ഞാൻ ചെല്ലുമ്പോൾ ശൂരനാട്ടു കുഞ്ഞൻപിള്ള സാറും മറ്റു ചിലരുമായി അദ്ദേഹം തിരക്കിട്ട് പോകാൻ തുടങ്ങുകയായിരുന്നു. ഞാൻ ഒന്നും ചോദിച്ചില്ല, പറഞ്ഞതുമില്ല. അടുത്ത ദിവസം കണ്ടപ്പോൾ ചിരിച്ചുകൊണ്ട്പറഞ്ഞു "മഹാ നിഘണ്ടുവിൽ എന്റെയും കുറച്ചു വാക്കുകൾ ഉണ്ടാകുന്നു."

വ്യത്യസ്തമേഖലകളിലെ അദ്ദേഹത്തിന്റെ സജീവസാന്നിദ്ധ്യം ഓർമ്മിച്ചു എന്ന് മാത്രം. ആദരവോടെ മാത്രം സ്മരിക്കുന്ന, മധുരിക്കുന്ന

ഓർമ്മ. 1957 ലെ തിരഞ്ഞെടുപ്പ് കാലത്ത് അദ്ദേഹം തിരുവനന്തപുരം ജില്ലയിലെ വിവിധ മണ്ഡലങ്ങളിലെ പ്രചരണയോഗങ്ങളിൽ നിറഞ്ഞു നിന്നിരുന്ന പ്രാസംഗികനായിരുന്നു. ഉജ്ജ്വലമായ പ്രസംഗം, ലളിതമായ ശൈലിയിൽ ജനങ്ങളെ കൈയിലെടുക്കുന്ന പ്രസംഗം, വിജയകരമായ തിരഞ്ഞെടുപ്പ് ഫലം. ആഹ്ലാദകരമായ കാലഘട്ടം. കമ്യൂണിസ്റ്റ് മന്ത്രി സഭയും പിരിച്ചുവിടലും ഒക്കെ കഴിഞ്ഞ് അദ്ദേഹം കാലടിയിൽനിന്നും പാപ്പനംകോട്ടേക്കു മാറിയിരുന്നു. മക്കളിൽ പലരും പ്രൊഫഷണൽ കോളേജുകളിൽ ആയിരുന്നു. ഒരാൾ ഉദ്യോഗസ്ഥനാണ്, അദ്ധ്യാപകൻ. അഗ്രികൾച്ചറൽ കോളേജ്, ലോ കോളേജ്, ആയുർവ്വേദ കോളേജ് എന്നീ കോളേജുകളിലായി മക്കളുടെ വിദ്യാഭ്യാസം.

തിരഞ്ഞെടുപ്പ് ജോലികൾ കഴിയുമ്പോൾ വിശ്രമത്തിനുവേണ്ടി ഞാൻ ആയുർവ്വേദ ആശുപ്രതിയിൽ ചികിത്സയ്ക്കുവേണ്ടി കിടക്കാറുണ്ട്. ഇത്തവണ ഡോക്ടറുടെ മകൾ ശാന്ത അവിടെ വിദ്യാർത്ഥിനിയാണ്. അങ്ങനെ ഒരു കമ്യൂണിസ്റ്റിനു കിട്ടേണ്ടപരിഗണന കമ്യൂണിസ്റ്റ് കുടുംബത്തിൽനിന്നെത്തിയ കുട്ടിയിൽ നിന്ന് ആവോളം കിട്ടി. ആരാദ്ധ്യനായ അച്ഛന്റെ വാത്സല്യനിധിയായ മകൾ. അതിൽ കൂടുതൽ ഒന്നും തോന്നാൻ കൂട്ടാക്കാത്ത കാലം. മാത്രമല്ല, ശൂരനാട് ഉൾപ്പെടുന്ന മദ്ധ്യകേരളത്തിലെ സന്തതി എന്ന അഹങ്കാരം നോക്കിലും വാക്കിലും കൊണ്ടുനടക്കുന്ന ഒരു തന്റേടിപ്പെണ്ണ്. പിന്നെ അവണാകുഴി സദാശിവന്റെ ഭാര്യ ശാരദാമ്മയിൽ നിന്നറിഞ്ഞു, 'മിടുക്കിയായ പാർട്ടി പ്രവർത്തക'യാണെന്ന്. കരുനാഗപ്പള്ളി താലൂക്ക് മഹിളാസംഘം സെക്രട്ടറിയാണ്. ആയുർവ്വേദ കോളേജിലെ യൂണിയൻ പ്രവർത്തക. സ്റ്റുഡൻസ് ഫെഡറേഷൻ സജീവമായി കോളേജിൽ രൂപം കൊണ്ടത് അക്കാലത്താണ്. എല്ലാംകൊണ്ടും ഒരു പടി മുന്നിൽ. ശാരാദാമ്മയുടെ നിർബ്ബന്ധം കൂടിയായപ്പോൾ എനിക്ക് ആലോചിക്കേണ്ടി വന്നു. അങ്ങനെ പുതിയ ഒരു ബന്ധത്തിനു തുടക്കമിട്ടു. ഈ കാലത്താണ് പാർട്ടിയിൽ പിളർപ്പ് രൂക്ഷമാകുന്നത്. ഒളിഞ്ഞും തെളിഞ്ഞും നേതാക്കൾ അതിനു ചുക്കാൻ പിടിക്കുന്നു. രണ്ടാകാനുള്ള കരുനീക്കം. എ കെ ജി യോടുകുറുള്ള ഞാൻ അദ്ദേഹത്തോടൊപ്പം തന്നെ നില്ക്കാൻ തീരുമാനിച്ചു. എന്റെ തീരുമാനം ഡോക്ടറോടു പറഞ്ഞു. അദ്ദേഹം നിറഞ്ഞ മനസ്സോടെ അതംഗീകരിച്ചു. ദീർഘവീക്ഷണത്തോടെ അദ്ദേഹം പ്രവചിച്ചു, ഏറ്റവും വലിയ ഒറ്റക്കക്ഷിയായി അത് മാറുമെന്ന്. ഈ സമയത്ത് അദ്ദേഹത്തിന്റെ വാടകവീട് പെരുന്താന്നിയിലായിരുന്നു. ഏറ്റവും ഇളയ മകൾ പെരുന്താന്നി എൻ എസ് എസ് കോളേജിൽ പഠിക്കുന്നു. എ കെ ജി വരുമ്പോൾ രഹസ്യമായി ഒന്നു കൂടാൻ ഒരു സ്ഥലം വേണം. വിവരം അറിഞ്ഞപ്പോൾ അദ്ദേഹം അദ്ദേഹത്തിന്റെ വാസസ്ഥലം അതിനായി അനുവദിച്ചു തന്നു. ഡോക്ടർ വീട്ടിലുള്ളപ്പോൾ പലരും അദ്ദേഹത്തെ കാണാൻ വരും. ചികിത്സയ്ക്കായും സൗഹൃദ സന്ദർശനത്തി

നായും ചർച്ചയ്ക്കായും വിവിധ തരം ആളുകൾ അദ്ദേഹത്തെ സന്ദർശിക്കാൻ എത്താറുണ്ടായിരുന്നു. അതുകൊണ്ട് ഞങ്ങൾ അവിടെ ചെല്ലുകയും കമ്മിറ്റി കൂടുകയും ചെയ്താൽ ആരും ശ്രദ്ധിക്കാൻ ഇടയില്ല. എ കെ ജി സി എസ് കണാരൻ, ഒ ജെ ജോസഫ്, അഴീക്കോടൻ രാഘവൻ, സ്റ്റാൻലി, സത്യനേശൻ തുടങ്ങിയവരുടെ സംഘങ്ങൾ പലകുറി അദ്ദേഹത്തിന്റെ വാടക വാട്ടിൽ ഒത്തുകൂടാറുണ്ടായിരുന്നു. അത്യാവശ്യം കുടിക്കാൻ ചുക്കുവെള്ളം, കട്ടൻ കാപ്പി ഇതൊക്കെ കരുതിവെച്ച് കതകിൽ മുട്ടുമ്പോൾ തരാൻ വേണ്ടി ഇളയമകൾ വാതിലിനരികിൽ ഉറക്കം തൂങ്ങി ഇരിക്കുന്നുണ്ടായിരിക്കും. അദ്ദേഹവും കൂടെ കാണും. ആ കുട്ടി പിന്നീട് വ്യവസായ വകുപ്പിൽ ഉദ്യോഗസ്ഥയായി ഈയിടെ പിരിഞ്ഞു. പ്രമീള എന്ന ഞങ്ങളുടെ വാവ. പാർട്ടി രണ്ടായി മാറിയെന്ന നിർണ്ണായക രേഖ എഴുതിയത് ഡോക്ടറുടെ വാടകവീട്ടിൽ വച്ചാണ്. ഇവിടെ വച്ചു തയ്യാറാക്കുന്ന റിപ്പോർട്ടുകൾ ജില്ലയുടെ വിവിധഭാഗങ്ങളിൽ എത്തിക്കാനുള്ള ചുമതല എ കെ ജി എന്നെയാണ് ഏല്പിച്ചത്. അതിന്റെ കോപ്പികൾ കാർബൺ വച്ചെഴുതിയത് മുഴുവൻ അദ്ദേഹത്തിന്റെ മകൾ ശാന്തയാണ്.

മറ്റുജില്ലകളിൽ സംഘടിപ്പിക്കലും ആളുകളെ തപ്പിനടക്കലും വളരെ ശ്രമകരമായ ജോലിയായിരുന്നു. കൊല്ലം ജില്ലയിലെ പല സ്ഥലത്തും എന്നോടൊപ്പം വന്നതും എന്നെ ഏറെ സഹായിച്ചതും അദ്ദേഹത്തിന്റെ മകൻ സനാതനൻ ആയിരുന്നു. കൊല്ലം ജില്ലാ ബാങ്കിന്റെ ജനറൽ മാനേജരായി പെൻഷനായ ഞങ്ങളുടെ പാപ്പച്ചൻ.

കമ്യൂണിസ്റ്റ് പാർട്ടിയോടും പാർട്ടിസഖാക്കളോടും പ്രത്യേകിച്ച് എ കെ ജി യോട് ഡോക്ടർക്കും കുടുംബത്തിനും ഉണ്ടായിരുന്ന ആദരവും വിശ്വാസവും ആത്മാർത്ഥതയും അത്ര വലുതായിരുന്നു.

മക്കളെ പഠിപ്പിക്കാനും ഉന്നതനിലയിലെത്തിക്കാനും ഡോക്ടർ ഒരുപാട് ബുദ്ധിമുട്ടിയിരുന്നു. ചികിത്സ മിക്കവാറും സൗജന്യമായിരുന്നു. സാമ്പത്തികനേട്ടം ഒട്ടും ഇല്ല. പിന്നെ *ജനയുഗ*ത്തിലും *നവയുഗ*ത്തിലും എഴുതുമായിരുന്നു. അതിൽ നിന്ന് അല്പം ആശ്വാസം ലഭിച്ചിരുന്നു. മൂന്നാമത്തെ മകനായ നാഗേന്ദ്രൻ സാറിനു മാത്രം ഒരു പ്രൈവറ്റ് സ്കൂളിൽ ജോലി. സാമ്പത്തിക ബുദ്ധിമുട്ട് വളരെ അധികമായിരുന്നു. ഒരു പരിധി വരെ പട്ടം താണുപിള്ളസാർതന്നെ ആയിരുന്നു സഹായിച്ചത്. സർക്കാരിന്റെ വിവിധതരം കമ്മിറ്റികളിൽ അദ്ദേഹത്തെ നിയമിച്ചിരുന്നു. യാത്രാപ്പടി ഇനത്തിലുള്ള വരുമാനം തുച്ഛമെങ്കിലും അത് വളരെ സഹായകമായിരുന്നു. പരാധീനതകൾ ഒട്ടനവധിയാണെങ്കിലും വേഷത്തിലും പ്രവൃത്തിയിലും അന്തസ്സ് പുലർത്തിയിരുന്നു.

മക്കളുടെ പഠിത്തം മിക്കവാറും കഴിഞ്ഞു. ഇളയമകൾ മാത്രം പഠിത്തം പൂർത്തിയാക്കിയിരുന്നില്ല. ഒരാളിനുവേണ്ടി മാത്രം ഇവിടെ തങ്ങണമെന്നില്ല. വീടൊഴിഞ്ഞ് മകളെ ഹോസ്റ്റലിലാക്കി എല്ലാവരും നാട്ടിലേക്ക്

പോയി. ആൺമക്കൾ രണ്ടുപേരും ഉദ്യോഗസ്ഥരായി. ഞാൻ വല്ലപ്പോഴും അദ്ദേഹത്തെ വീട്ടിൽ പോയി കാണാറുണ്ട്. അദ്ദേഹം തിരുവനന്തപുരത്ത് വന്നാൽ എന്നെ കാണാൻ ശ്രമിക്കാറുണ്ട്.

ഒരു ദിവസം ഇളയ മകനെയും കൂട്ടി എന്നെ കാണാൻ വന്നു. തികച്ചും അവിചാരിതം. അദ്ദേഹം വളരെ ക്ഷീണിതനായിരുന്നു. സംസാരിച്ചുതുടങ്ങിയപ്പോൾ അദ്ദേഹത്തിന്റെ ശബ്ദം പതറുന്നുണ്ടായിരുന്നു. ഞാൻ പതുക്കെ കര്യങ്ങൾ ചോദിച്ചു മനസ്സിലാക്കി. എസ് എസ് എൽ സി എഴുതി റിസൾട്ട് അറിഞ്ഞ മകനാണ് കൂടെയുള്ളത്. അവൻ തോറ്റു പോയി എന്നാണ് അറിയുന്നത്. അദ്ദേഹത്തിന്റെ മക്കൾ ആരും തോല്ക്കാറില്ല.

അതുകൊണ്ടുള്ള വിഷമമായിരിക്കും എന്ന് കരുതി ഞാൻ ആശ്വസിപ്പിക്കാൻ ശ്രമിച്ചു. പക്ഷേ, അവന്റെ മാർക്കുകൾ എല്ലാവിഷയത്തിനും 90 നു മേൽ. ഹിന്ദിക്കു മാത്രം 10 മാർക്ക്. ഇത് സംഭവിക്കാൻ തരമില്ല. കാരണം ഹിന്ദി അദ്ധ്യാപകൻ ഈ കുട്ടിയെ പലയിടത്തും കൊണ്ടുപോയി ഹിന്ദി പരീക്ഷ എഴുതിക്കുകയും ഉയർന്ന മാർക്കു വാങ്ങി സർട്ടിഫിക്കറ്റുകൾ സ്കൂളിൽ സൂക്ഷിക്കുകയും ചെയ്തിരിക്കുന്നു. ആ അദ്ധ്യാപകന്റെ നിർബ്ബന്ധം കൊണ്ടാണ് ഡോക്ടർ മകനെയും കൂട്ടി വന്നിരിക്കുന്നത്. പരീക്ഷാഭവനിൽ പോയി അന്വേഷിച്ചു. ബോർഡിൽ ഉള്ള ഒരാൾ ഡോക്ടറെ അറിയും. അയാൾ കൂപ്പുകൈയോടെ പറഞ്ഞത്രേ, മകനെ ഒരു പ്രാവശ്യം കൂടി എഴുതിക്കൂ ഞങ്ങളെ ദയവായി ഉപദ്രവിക്കരുത് എന്ന്. ശബ്ദിക്കാനാവാതെ ഞാനും വിഷമത്തോടെ അദ്ദേഹവും ഇരുന്നു. കുറച്ചുകഴിഞ്ഞ് എന്നേയും വിളിച്ച് *കേരളകൗമുദി* ഒഫീസിൽ പോയി. അഗാധമായ ബന്ധം *കേരളകൗമുദി*യുമായി അദ്ദേഹം പുലർത്തിയിരുന്നു. പത്രാധിപരെ കണ്ടു കാര്യം പറഞ്ഞു. പത്രാധിപർ കെ സുകുമാരൻ അദ്ദേഹത്തിന്റെ വളരെ അടുത്ത സുഹൃത്തായിരുന്നു. മാർക്കുലിസ്റ്റുകൾ കണ്ടപ്പോൾ അതിനുപിന്നിൽ ചതിയുണ്ടെന്ന് പത്രാധിപർക്കും മനസ്സിലായി. ഡോക്ടർ പത്രാധിപരോട് പറഞ്ഞു. "എന്റെ മകനെ ഞാൻ ഒരിക്കൽകൂടി എഴുതിക്കാം. പക്ഷേ, ഈ അനുഭവം ഇനി ഒരു കുട്ടികൾക്കും വരാൻ പാടില്ല. അതിനു വേണ്ടുന്നതൊക്കെ പത്രാധിപർ ചെയ്യണം." പത്രാധിപർ അദ്ദേഹത്തിന്റെ മകനെ വിളിച്ച് മാർക്ക് ലിസ്റ്റും മറ്റ് വിവരങ്ങളും നല്കി എന്തോ പറഞ്ഞേല്പിച്ചു. ഞങ്ങൾ പോകാൻ എഴുന്നേറ്റപ്പോൾ കെ സുകുമാരൻ ഡോക്ടറോട് പറഞ്ഞു. പോകുന്നതിനുമുമ്പ് ശങ്കറെക്കൂടി ഒന്നു കണ്ടോളൂ എന്ന്. ആർ ശങ്കർ മുഖ്യമന്ത്രി ആണ്. ഏതായാലും അടുത്ത ദിവസത്തെ *കേരളകൗമുദിയിൽ* എഡിറ്റോറിയൽ വന്നു. മിടുക്കനായ രാജേന്ദ്രന്റെ ദയനീയ പരാജയം എന്ന തലക്കെട്ടിൽ. ഏതായാലും പരീക്ഷാപേപ്പർ പരിശോധനാരീതിയിൽ മാറ്റം വരുത്തി നിയമം വന്നു. പേപ്പർ അദ്ധ്യാപകൻ വീട്ടിൽ കൊണ്ടുപോയി

പരിശോധിച്ച് പരീക്ഷാഭവനിൽ എത്തിക്കലായിരുന്നു അതുവരെ. അതു മാറി സർക്കാർ നിശ്ചയിക്കുന്ന സ്ഥലത്ത് നിശ്ചിത സമയത്ത് നിശ്ചയിക്കുന്ന അദ്ധ്യാപകൻ ചെന്നിരുന്ന് പരിശോധിച്ച് ഏല്പിക്കുക എന്ന രീതി അന്നാണ് നിലവിൽ വന്നത്. സമൂഹനന്മയ്ക്കായി എന്തു ചെയ്യാനുമുള്ള അദ്ദേഹത്തിന്റെ അഗാധ പ്രതിബദ്ധത ഓർമ്മിച്ചുവെന്നുമാത്രം.

പത്രാധിപർ, നിരൂപകൻ സംസ്കൃതപണ്ഡിതൻ, സാമൂഹികപരിഷ്കർത്താവ്, പ്രഗത്ഭനായ ഡോക്ടർ ഇതെല്ലാം കൂടി ഒരു മനുഷ്യനിൽ ഞാൻ കാണുകയായിരുന്നു. ശരിക്കും അദ്ദേഹത്തോട് ആരാധന വർദ്ധിക്കുകയായിരുന്നു.

തെക്കൻ തിരുവിതാംകൂറിലെ ഒരു മലയോര ഗ്രാമമായ നെടുമങ്ങാടാണ് എന്റെ നാട്. വളരെ വലിയ സമ്പന്ന കുടുംബം. ജന്മിത്വം കൊടികുത്തി വാഴുന്ന കാലഘട്ടം. യാഥാസ്ഥിതികരാകാനുള്ള സാഹചര്യം. പക്ഷേ, എന്റെ കുടുംബക്കാർ വളരെ പുരോഗമനവാദികൾ ആയിരുന്നു. അതുകൊണ്ട് തന്നെ എന്റെ രാഷ്ട്രീയ ജീവിതത്തിനും അതിരുകൾ ഇല്ലാതായി. ഒരു മുഴുവൻ സമയം പാർട്ടിപ്രവർത്തകനായി പാർട്ടി ഓഫീസിൽ തന്നെ കഴിഞ്ഞുകൂടുകയായിരുന്നു. കമ്യൂണിസ്റ്റ് പാർട്ടിയുടെ വളർച്ചയും അതിന്റെ ആദർശ ശുദ്ധിയും ഇടത്തരക്കാരെയും അധ്വാനിക്കുന്ന ജനവിഭാഗത്തെയും ഏറെ ആകർഷിച്ചു. തിരക്കിട്ട പാർട്ടി പ്രവർത്തനങ്ങൾക്കിടയിലും ഞാൻ കരുനാഗപ്പള്ളിയിൽ പോയിരുന്നു. ഇതിനിടയിൽ എന്റെ സുഹൃത്ത് മുഖേന അദ്ദേഹത്തിന്റെ മകളുമായുള്ള എന്റെ വിവാഹത്തെപ്പറ്റി അദ്ദേഹത്തോടു സൂചിപ്പിച്ചു. അനുകൂലമായ മറുപടി കിട്ടിയപ്പോൾ വിവാഹത്തിനുള്ള ഒരുക്കം തുടങ്ങി. കത്തുകൾ അച്ചടിച്ച് എല്ലാവർക്കും എത്തിച്ചു. വി ജെ ടി ഹാൾ ബുക്ക് ചെയ്തു. ഒരുക്കങ്ങൾ ഒക്കെ കഴിഞ്ഞു. വിവാഹത്തിനു പത്ത് ദിവസം ബാക്കി നില്ക്കെ ഓർക്കാപ്പുറത്ത് കരുതൽ തടങ്കൽ നിയമപ്രകാരം എന്നെ അറസ്റ്റു ചെയ്തു. വിവാഹം മുടങ്ങി. 19 മാസത്തെ ജയിൽ ശിക്ഷ കഴിഞ്ഞ് പുറത്തുവന്ന് വീണ്ടും വിവാഹത്തിന് തീയതി കുറിച്ചു. ഞാൻ ജയിലിൽ കിടക്കുമ്പോൾ തന്നെ ഡോക്ടർ ഒരു വീഴ്ചയെത്തുടർന്ന് കിടപ്പിലായി. കത്തിലൂടെ വിവരം അറിയുന്നുണ്ടായിരുന്നു. വീണ്ടും വിവാഹം നിശ്ചയിക്കുമ്പോൾ അദ്ദേഹം ആയുർവ്വേദ ചികിത്സയ്ക്കായി തിരുവനന്തപുരത്ത് തമ്പാനൂരിലെ പാങ്ങപ്പാറ രാജഗോപാലൻ നായരുടെ വസതിയിലേക്ക് താമസം മാറിയിരുന്നു. അന്ന് ഡോക്ടറുടെ മൂന്നാമത്തെ മകൻ നാഗേന്ദ്രൻ സാറിന് ഗ്രന്ഥശാല സംഘത്തിലായിരുന്നു ജോലി. വിവാഹത്തിന് 7 ദിവസം ശേഷിക്കുന്ന ദിവസം ഞാൻ തമ്പാനൂരിൽ ചെന്ന് അദ്ദേഹവുമായി ദീർഘനേരം സംസാരിച്ചിരുന്നു. മടങ്ങിപ്പോകാൻ അദ്ദേഹം അനുവദിച്ചില്ല. തൊട്ടടുത്ത് തന്നെ എന്നോട് കിടക്കാൻ പറഞ്ഞു. ഞാൻ കിടന്നുറങ്ങുകയും ചെയ്തു. പക്ഷേ അദ്ദേഹം ഉണരുന്ന

തിനു മുമ്പ് തന്നെ ഞാൻ സ്ഥലം വിട്ടു. കാരണം അന്ന് പാർട്ടി ഒരു കരിങ്കൊടി പ്രകടനത്തിന് ആഹ്വാനം ചെയ്തിരുന്നു. ഇന്ദിരാഗാന്ധി പ്രധാനമന്ത്രി ആയതിനുശേഷമുള്ള ആദ്യത്തെ കേരള സന്ദർശനത്തിനെതിരെയാണ് പ്രകടനം. ഞാൻ ജാഥ നയിച്ചു. പൊലീസിന്റെ ആദ്യത്തെ ലാത്തിയടി എന്റെ തലയിൽ തന്നെ. മരിച്ചെന്നു കരുതി പ്രകടനമായി സഖാക്കൾ എന്നെ ചുമന്നുകൊണ്ട് സെക്രട്ടറിയേറ്റിലേക്ക് നീങ്ങി. വഴിയരികിൽ നിന്നവരിൽ ഒരാൾ എന്റെ കാൽ അനങ്ങുന്നത് കണ്ട് ജനറൽ ആശുപത്രിയിൽ ആക്കുകയായിരുന്നു. എനിക്ക് ഈ ആപത്ത് സംഭവിക്കുമെന്ന് അദ്ദേഹം മുൻകൂട്ടി കണ്ടിട്ടാണോ എന്നെ ബലമായി അവിടെ പിടിച്ച് കിടത്തിയത് എന്നറിയില്ല. ഏതായാലും വിവാഹം രണ്ടാമതും മുടങ്ങി. അദ്ദേഹത്തിന്റെ ഏറ്റവും ഇളയമകൻ ശശീന്ദ്രനായിരുന്നു എന്റെ ശുശ്രൂഷകൻ. അഡ്വ. ശശീന്ദ്രൻ, മത്സ്യഫെഡ് ചെയർമാനായിരുന്നു, ഞങ്ങളുടെ കൊച്ചു കുട്ടൻ. ചികിത്സകളൊക്കെ കഴിഞ്ഞ് കുറച്ചൊക്കെ ആരോഗ്യം വന്നുകഴിഞ്ഞു 6 മാസത്തിനുശേഷം വീണ്ടും വിവാഹദിവസം നിശ്ചയിച്ച് വി ജെ ടി ഹാൾ ബുക്കുചെയ്തു. ഡോക്ടർ ഈ സമയം പൂജപ്പുര ആയുർവ്വേദ റിസർച്ചു സെന്റിലെ ചികിത്സയിലായിരുന്നു. നേതാക്കൾ മുതൽ താഴെയുള്ള പ്രവർത്തകർ വരെ ഉറ്റുനോക്കിയിരുന്ന വിവാഹം ഇക്കുറിയെങ്കിലും മുടങ്ങരുതെന്ന് നിരീശ്വരവാദികൾ പോലും പ്രകീർത്തിച്ചുപോകുന്ന ദിവസങ്ങൾ. എ കെ ജിയും ഇ എം എസും ഒരുമിച്ചു പങ്കെടുക്കണം എന്ന് എനിക്കും ശാന്തമ്മയ്ക്കും നിർബ്ബന്ധമുണ്ടായിരുന്നു. അവർക്കും ഈ വിവാഹം കാണാൻ താല്പര്യം ഉണ്ടായിരുന്നു. അതുകൊണ്ട് അവർക്ക് സൗകര്യമുള്ള തീയതിയാണ് നിശ്ചയിച്ചത്. ഇന്ത്യകണ്ട ഏറ്റവും വലിയ താത്ത്വികാചാര്യൻ ഇ എം എസിന്റെ കാർമ്മികത്വത്തിൽ, എ കെ ജിയുടെ അനുഗ്രഹാശ്ശിസുകളോടെ ഞാൻ വേലുക്കുട്ടി അരയന്റെ മകളുടെ കഴുത്തിൽ താലിചാർത്തി. എന്റെ വീട്ടുകാർ നിറഞ്ഞമനസ്സോടെ ശാന്തയെ സ്വീകരിച്ചു. 5 വയസ്സു മുതൽ 70 വയസ്സുവരെയുള്ള അംഗങ്ങൾ ഒരേ മനസ്സോടെ ഞങ്ങളെ അന്ന് സ്വീകരിച്ച അതേരീതിയിൽ ഇന്നും സ്നേഹിക്കുന്നു. വിവാഹം നേരിൽ കാണാൻ ഡോക്ടർക്ക് കഴിഞ്ഞില്ലെങ്കിലും എല്ലാം അദ്ദേഹം മനക്കണ്ണിൽ കണ്ടിരിക്കും. ചികിത്സ കഴിഞ്ഞ് നാട്ടിലേക്ക് മടങ്ങിയെങ്കിലും അദ്ദേഹത്തിനു നടക്കാൻ കഴിയുമായിരുന്നില്ല. എഴുത്തും വായനയുമായി നാൾ കഴിക്കുകയായിരുന്നു.

ഞങ്ങൾക്കു മകൾ ജനിച്ചശേഷം അവളെ അദ്ദേഹം കണ്ടു. ഞങ്ങളുടെ ജീവിതം സന്തുഷ്ടമാണെന്ന സത്യവും അദ്ദേഹം മനസ്സിലാക്കി സംതൃപ്തനായി കാണും. ഇടയ്ക്കിടക്ക് കൊണ്ടുപോയി മോളെ ഞങ്ങൾ കാണിക്കും. രണ്ടുദിവസം തങ്ങും. എനിക്കു പിന്നെയും തിരക്കു തന്നെ. ആറ്റിങ്ങലിൽ കാട്ടായിക്കോണം ശ്രീധരൻ മത്സരിക്കുന്നു. പ്രചാരണവും

പ്രസംഗവുമൊക്കെയായി ഞാൻ മണ്ഡലത്തിൽ തന്നെ കഴിയുകയായിരുന്നു. ഒരു ദിവസം പെട്ടെന്ന് ഡോക്ടറുടെ ഒരു ടെലഗ്രം എന്റെ വീട്ടിലെത്തി. ഉടൻ വീട്ടിലെത്തണമെന്ന്. അടുത്തുള്ള എന്റെ ഒരു സ്നേഹിതന്റെ ഒരു ടാക്സി പിടിച്ച് എന്റെ ഭാര്യയെയും കൂട്ടി ആറ്റിങ്ങലെത്തി, ഞങ്ങൾ കരുനാഗപ്പള്ളിയിൽ ചെന്ന് ഡോക്ടറെ കണ്ടു. അദ്ദേഹം തന്നെ പറഞ്ഞതനുസരിച്ച് ദൂരെയുള്ള മക്കളെയെല്ലാം എത്താൻ അറിയിച്ചു. ജ്ഞാനികൾ മരണം മുൻകൂട്ടി അറിയുമെന്ന് എവിടെയോ വായിച്ച ഓർമ്മയുണ്ട്. അതുപോലെ ദൂരെയുള്ള മക്കൾ എത്താൻ മുൻകൂട്ടി ഒരറിയിപ്പ്. എല്ലാവരും എത്തി. മക്കളെ കണ്ട് സംതൃപ്തിയോടെ ആ കണ്ണുകൾ അടഞ്ഞു. 1969 മെയ് 31 ന് ഒരു വലിയ സിംഹാസനം ഒഴിച്ചിട്ട് ആ ചക്രവർത്തി മൺമറഞ്ഞു. 'സമസ്തകേരളീയ അരയ മഹാജനയോഗം' എന്ന സാമ്രാജ്യത്തിൽ വേലുക്കുട്ടി അരയനു പകരം നില്ക്കാൻ ഇതുവരെ ആരുമില്ല.

വർഗ്ഗബോധത്തിലേക്ക് വളർന്ന സമുദായ നവീകരണബോധം

പ്രഭാവർമ്മ

ചരിത്രം ഋജുരേഖയിൽ സഞ്ചരിക്കുന്നില്ല. അത് മിക്കപ്പോഴും വക്രഗതിയിൽ നീങ്ങുന്നു. വക്രഗതിയായ ചരിത്രത്തിൽ ശരികളും തെറ്റുകളും മറയുകയോ മായ്ക്കപ്പെടുകയോ ചെയ്യപ്പെടുന്നു. ചിലപ്പോഴെങ്കിലും ചരിത്രഗതിയിൽ പ്രത്യക്ഷപ്പെടാനാകാത്ത ചില മിഥ്യാഭ്രമങ്ങളും അത് സൃഷ്ടിക്കാറുണ്ട്. ചരിത്രത്തിന്റെ വക്രഗതിക്കും മിഥ്യാഭ്രമങ്ങൾക്കുമിടയിൽ തമസ്കരിക്കപ്പെടുന്ന വ്യക്തികളും സംഭവങ്ങളും നിരവധിയാണ്. പക്ഷേ, ഇത്തരത്തിൽ തമസ്കരിപ്പെട്ടുപോകുന്നവ വീണ്ടെടുക്കപ്പെടുക തന്നെ ചെയ്യുമെന്നതും ചരിത്രപാഠം. വല്ലപ്പോഴുമെങ്കിലും പ്രത്യേക ദിശാബോധത്തോടുകൂടിയുണ്ടാകുന്ന അന്വേഷണങ്ങൾ ചരിത്രത്തിലെ ഇത്തരം വിടവുകളെ പൂരിപ്പിക്കാറുണ്ട്. അങ്ങനെയാണ് ചരിത്രത്തിൽ വിസ്മൃതമാക്കപ്പെട്ട ഇന്ത്യൻ ദളിത് ജീവിതം വീണ്ടെടുക്കപ്പെടുന്ന ഒരു ചരിത്രമുഹൂർത്തിൽ നാമിന്ന് എത്തിനില്ക്കുന്നത്.

സവിശേഷമായ പ്രത്യയശാസ്ത്ര പ്രതിബദ്ധതയോടെ വ്യത്യസ്ത പരിപ്രേക്ഷ്യത്തോടെ ചരിത്രത്തിൽ ഖനനം ചെയ്യുമ്പോൾ അവിസ്മരണീയരായ ഒട്ടേറെ ചിരിത്രവ്യക്തിത്വങ്ങൾ നമ്മുടെ സംസ്കാരപാഠങ്ങളെ സമ്പന്നമാക്കി വീണ്ടെടുക്കപ്പെടുകയാണ്. അത്തരത്തിലുള്ള ഒരന്വേഷണം കേരളചരിത്രത്തിൽ നിർവ്വഹിക്കുമ്പോഴാണ് അയ്യൻകാളിയും അയ്യാവൈകുണ്ഠനും ഡോ. വേലുക്കുട്ടി അരയനും മറ്റും നമ്മുടെ ചരിത്രനിർമ്മിതിയുടെ പ്രതിനിധാനങ്ങളായി പുനർവിലയിരുത്തപ്പെടുന്നത്. ഇവരെല്ലാം അവരവരുടെ കർത്തൃത്വം അതതു ചരിത്രസ്ഥലങ്ങളിൽ സഫലമായ കർമ്മപഥങ്ങളിൽ നിർവ്വഹിച്ചവരാണ്. എങ്കിലും ഇവർക്ക് നമ്മുടെ ലിഖിതചരിത്രപാഠങ്ങളിലോ ചിത്രരചനാ വ്യവഹാരങ്ങളിലോ കൃത്യമായ ഇടം ലഭിക്കാതെപോയത് നമ്മുടെ നവോത്ഥാനചരിത്രത്തെത്തന്നെ

അപൂർണ്ണമാക്കുന്നു.

കേരളനവോത്ഥാനത്തിന്റെ ചരിത്രവഴിയിൽ ശ്രീനാരായണ ഗുരുവിനും സഹോദരൻ അയ്യപ്പനും അയ്യൻകാളിക്കും അയ്യാവൈകുണ്ഠ നുമൊപ്പം ഓർമ്മിക്കേണ്ട പേരുകളിലൊന്നാണ് ഡോ. വേലുക്കുട്ടി അര യന്റേത്. സാമൂഹ്യ പരിഷ്കർത്താവും യുക്തിവാദിയും പത്രാധിപരും സ്വാതന്ത്ര്യസമരസേനാനിയും സാഹിത്യപ്രവർത്തകനും ഒടുവിൽ കമ്യൂണിസ്റ്റുമായ വേലുക്കുട്ടി അരയൻ. ഗോത്രസംസ്കാരത്തിന്റെ സവി ശേഷതകൾ സൂക്ഷിക്കുന്ന അയരസമുദായത്തിന്റെ നവോത്ഥാനം ഒരു കർമ്മപദ്ധതിയായി ഏറ്റെടുക്കുകയായിരുന്നു അദ്ദേഹം. ഇതരസമുദായ പരിഷ്കർത്താക്കളേക്കാൾ ക്ലേശപൂർണ്ണമായിരുന്നു അദ്ദേഹത്തിന്റെ ദൗത്യം. കാരണം, ധീവരസമുദായമെന്ന ഒറ്റപ്പേരിൽ അറിയപ്പെടുമ്പോഴും പല ജാതികളായി, ആചാരവിശ്വാസത്തിൽ വ്യത്യസ്തത പുലർത്തി ഭിന്ന ശ്രേണികളിലായി ചിതറിക്കിടക്കണം. തിരുവിതാംകൂറിലും കൊച്ചിയിലും മലബാറിലുമായി അരയസമുദായത്തെ ഏകീകരിക്കുക എന്ന ശ്രമകര മായ കർമ്മമായിരുന്നു അദ്ദേഹത്തിന് ഏറ്റെടുക്കേണ്ടിവന്നത്. സ്വസമു ദായത്തിന്റെ പ്രശ്നങ്ങൾ ആ സമുദായത്തിന്റെ ചട്ടക്കൂട്ടിനുള്ളിലൊതു ക്കുകയല്ല. മറിച്ച് അടിച്ചമർത്തപ്പെടുകയും ചൂഷണംചെയ്യപ്പെടുകയും ചെയ്യുന്ന എല്ലാവിഭാഗം ജനങ്ങളുടെയും പോരാട്ടത്തോട് കണ്ണി ചേർത്താണ് പരിഹരിക്കേണ്ടത് എന്ന് അദ്ദേഹം തിരിച്ചറിഞ്ഞു.

അന്യോന്യം വൈവാഹികബന്ധത്തിനുപോലും തയ്യാറല്ലാത്തവിധം പരസ്പരം പുറം തിരിഞ്ഞുനിന്ന ഒരു സമൂഹത്തെ സംഘടിത സമുദാ യഘടനയിലേക്ക് പരിവർത്തിപ്പിക്കുക ഒട്ടും എളുപ്പമായിരുന്നില്ല. അവരെ സംഘടനകൊണ്ട് ശക്തരാക്കുകയും തുടർന്ന് വിദ്യകൊണ്ട് പ്രബുദ്ധരാ ക്കുകയും ചെയ്ത കർമ്മപദ്ധതിക്കാണ് അദ്ദേഹം തുടക്കംകുറിച്ചത്. സാമുദായിക വിവേചനങ്ങൾക്കെതിരായി തുടങ്ങിയ ആ പ്രക്രിയ ഒടു വിൽ സാമ്പത്തിക സമത്വങ്ങൾക്കെതിരായ പോരാട്ടമായും സമുദായ നവോത്ഥാനത്തിൽ തുടങ്ങിയ ഐക്യപ്പെടുത്തൽ പിന്നീട് വർഗ്ഗാടിസ്ഥാ നത്തിലുള്ള ഐക്യപ്പെടുത്തലായും മാറി.

1894 മാർച്ച് 11 ന് കരുനാഗപ്പള്ളി ആലപ്പാട്ട് അരയനാണ്ടിവിളാകത്ത് പണ്ഡിതനും ആയുർവ്വേദവൈദ്യനുമായ വേലായുധന്റെയും വെളുത്തകുഞ്ഞ് അമ്മയുടെയും മകനായി ജനിച്ച വേലുക്കുട്ടി ബാല്യ ത്തിൽത്തന്നെ ഇംഗ്ലീഷ്, സംസ്കൃതം ഭാഷകളിൽ പ്രാവീണ്യം നേടി. 12-ാം വയസ്സിൽ ആയുർവ്വേദഗുരുകുലമായ ചാവർക്കാട് വൈദ്യം പഠി ക്കാനാരംഭിക്കുകയും അക്കാലത്തുതന്നെ സാഹിത്യാഭിരുചി പ്രകടിപ്പി ക്കുകയും ചെയ്തു. വളരെ ചെറുപ്പത്തിൽത്തന്നെ അക്ഷരവെളിച്ചം തിരി ച്ചറിഞ്ഞ വേലുക്കുട്ടി അരയൻ 1908 ൽ അദ്ദേഹത്തിന്റെ 14-ാമത്തെ വയ സ്സിൽ വിജ്ഞാനസന്ദായിനി എന്ന വായനശാലയ്ക്ക് തുടക്കം കുറിച്ചു. പിന്നീട് സംസ്കൃതത്തിൽ ഉപരിപഠനത്തിനായി പരവൂർ കേശവനാ ശാന്റെ ഗുരുകുലത്തിലേക്കുള്ള സഞ്ചാരം വേലുക്കുട്ടി അരയന്റെ ഉജ്ജ്വ

ലമായ കർമ്മപഥങ്ങളെ നിർണ്ണായകമായി സ്വാധീനിച്ചു. ശ്രീനാരായണ ഗുരുവിന്റെയും കുമാരനാശാന്റെയും സി കേശവന്റെയും സി കൃഷ്ണൻ വൈദ്യരുടെയുമൊക്കെ പ്രവർത്തനങ്ങൾ നേരിട്ടറിയാനും ചർച്ചാ സംവാദങ്ങളിൽ പങ്കെടുക്കാനും അദ്ദേഹത്തിന് കഴിഞ്ഞു. പരവൂർ കേശവനാശാന്റെ പാഠശാലയും അദ്ദേഹം നടത്തിവന്ന സുജനാനന്ദിനിയും വേലുക്കുട്ടി അരയനിലെ പത്രപ്രവർത്തകനെയും സാഹിത്യകാരനെയും രൂപപ്പെടുത്തുകയായിരുന്നു. 1917 ൽ 23-ാം വയസ്സിൽ *അരയൻ* എന്ന പത്രം ആരംഭിച്ചുകൊണ്ട് നമ്മുടെ വാർത്താമാധ്യമ ചരിത്രത്തിൽ കീഴാളന് നാവു നല്കുകയായിരുന്നു വേലുക്കുട്ടി അരയൻ. മേൽമുണ്ടു സമരവും കല്ലുമാല പ്രക്ഷോഭവുമൊക്കെ കേരളത്തിലെ അവർണ്ണരെന്ന മുദ്രയടിക്കപ്പെട്ട മാറ്റിനിർത്തപ്പെട്ട ജനതയുടെ ശബ്ദത്തിന് അക്ഷരരൂപം നല്കിയാണ് വേലുക്കുട്ടി അരയന്റെ ധീരമായ പരീക്ഷണശ്രമങ്ങൾ ആരംഭിക്കുന്നത്. അതോടൊപ്പം സ്വസമുദായത്തിന്റെ പ്രാക് ചരിത്രത്തെയും ഭാഷയെയും ഗവേഷണ സ്വഭാവത്തോടെ അന്വേഷിക്കാനും വീണ്ടെടുക്കാനും തന്റെ നേതൃത്വത്തിലുള്ള *അരയൻ, ധർമ്മപോഷിണി, ഫിഷറീസ് മാഗസിൻ, കലാകേരളം, തീരദേശം, ഫിലിംഫാൻ, സമാധാനം, രാജ്യാഭിമാനി* തുടങ്ങിയ തന്റെ പ്രസിദ്ധീകരണങ്ങളിലൂടെ അദ്ദേഹം ശ്രമിച്ചുകൊണ്ടേയിരുന്നു. 1922 ൽ അരയസമുദായത്തിലെ സ്ത്രീജനങ്ങൾക്കായി *അരയ സ്ത്രീജനമാസിക*യും പ്രസിദ്ധീകരിച്ചു. രാജഭരണത്തിനും ദിവാൻ ഭരണത്തിനുമെതിരെ അതിശക്തമായി അദ്ദേഹം പോരാടി. തന്റെ പത്രം കണ്ടുകെട്ടിയതോ പ്രജാസഭാ നോമിനേഷൻ റദ്ദാക്കിയതോ അദ്ദേഹത്തിന്റെ പോരാട്ട വീര്യം തെല്ലും തളർത്തിയില്ല. ആ മുഖപ്രസംഗങ്ങളിലെ നിർഭയത്വം പത്രപ്രവർത്തനരംഗത്തെ പുത്തൻതലമുറകൾക്ക് മാതൃകയാണ്.

ക്ഷേത്രപ്രവേശനത്തിന് വേണ്ടി അദ്ദേഹം ശബ്ദമുയർത്തി. അതാകട്ടെ വ്യക്തിപരമായി തനിക്ക് ക്ഷേത്രത്തിൽ കടക്കാൻ വേണ്ടിയല്ല മറിച്ച് പ്രാന്തവല്ക്കരിക്കപ്പെട്ട ഒരു സമൂഹത്തിന്റെ അവകാശസംരക്ഷണത്തിനായുള്ള പോരാട്ടത്തിന്റെ ഭാഗം എന്ന നിലയ്ക്കാണെന്ന് അദ്ദേഹം വിശദീകരിച്ചു. മതവും താനും തമ്മിലുള്ള അകല്ച്ച എടുത്തുപറഞ്ഞ് തന്നിലെ യുക്തിവാദിയെ സമൂഹമദ്ധ്യത്തിൽ അവതരിപ്പിക്കാൻ അദ്ദേഹം ശ്രദ്ധിക്കുകയും ചെയ്തു. ഇരുപതാംനൂറ്റാണ്ടിന്റെ തുടക്കത്തിലെ സമുദായനവീകരണ ശ്രമങ്ങളിൽ നിന്ന് അതേ നൂറ്റാണ്ടിന്റെ അവസാനഘട്ടത്തിൽ തൊഴിലാളിവർഗ്ഗ വിപ്ലവ രാഷ്ട്രീയത്തിലേക്ക് വേലുക്കുട്ടി അരയൻ വളർന്നതിന്റെ ചരിത്രം പുതുതലമുറ പഠിക്കേണ്ടതുണ്ട്. 1948 ലെ പൊതുതിരഞ്ഞെടുപ്പിൽ കമ്യൂണിസ്റ്റ് സ്ഥാനാർത്ഥിയായി മത്സരിച്ചു എന്നതും ഓർക്കുക.

സാമുദായിക അസമത്വത്തിനെതിരെ പോരാട്ടങ്ങൾ സാമ്പത്തികാസമത്വത്തിനെതിരായ പോരാട്ടങ്ങളായി രാഷ്ട്രീയ ഉള്ളടക്കത്തോടെ വികസിക്കണമെന്ന കാര്യത്തിൽ അദ്ദേഹത്തിന് സവിശേഷ നിഷ്കർഷയു

ണ്ടായിരുന്നു. ഇനി ജാതിയുടെ പേരിൽ സംഘടന നിലനിർത്തുന്നതു കൊണ്ട് അവകാശവിഭാഗങ്ങൾക്ക് പ്രയോജനമുണ്ടാകാൻ പോകുന്നില്ലെന്നും തൊഴിലടിസ്ഥാനത്തിലുള്ള സംഘടനകളാണിനി ആവശ്യമെന്നും ഒരു അഭിമുഖത്തിൽ വേലുക്കുട്ടി അരയൻ പറഞ്ഞത് അദ്ദേഹത്തിന്റെ വർഗ്ഗബോധത്തിലേക്കുള്ള വളർച്ചയുടെ പ്രക്രിയയെയാണ് സൂചിപ്പിക്കുന്നത്.

ദേശീയ സ്വാതന്ത്ര്യം, ജനാധിപത്യം, സാമൂഹ്യവും രാഷ്ട്രീയവുമായ പുരോഗതി എന്നിവയുടെ ഭാഗമായി മാത്രമേ പിന്നോക്ക ജാതിക്കാർക്ക് അവർ അനുഭവിക്കുന്ന അവശതകളിൽ നിന്ന് രക്ഷപ്പെടാൻ കഴിയൂവെന്ന് അദ്ദേഹം മനസ്സിലാക്കിയതായി ഇ എം എസ് രേഖപ്പെടുത്തിയിട്ടുണ്ട്. പിന്നോക്ക ജാതിയിൽപ്പെട്ട ദശലക്ഷക്കണക്കിനുള്ള ബഹുജനങ്ങളും മുന്നോക്ക ജാതിയിൽപ്പെട്ട ദരിദ്രലക്ഷങ്ങളും ചേർന്ന ഐക്യത്തിലൂടെ മാത്രമേ രാജ്യത്തിന്റെ പുരോഗതി സാധിക്കുകയുള്ളുവെന്ന സത്യം മനസ്സിലാക്കിയ ആദ്യ കേരള രാഷ്ട്രീയ നേതാക്കളിലൊരാളാണ് വേലുക്കുട്ടി അരയനെന്നാണ് ഇ എം എസ് വിലയിരുത്തിയത്.

മറ്റേതൊരു പിന്നോക്കസമുദായത്തെയും പോലെ അരയസമുദായത്തിനും അവരനുഭവിച്ചുവരുന്ന അവശകളിൽനിന്ന് മോചനം ലഭിക്കണമെങ്കിൽ തീർച്ചയായും ദേശീയസ്വാതന്ത്ര്യവും ജനാധിപത്യ അവകാശങ്ങളും പൗരാധികാരവും രാഷ്ട്രീയാധികാരവും അതിലൂടെയുള്ള ജീവിത പുരോഗതിയും ഉണ്ടാകണമെന്ന് അദ്ദേഹത്തിന് ബോദ്ധ്യമുണ്ടായിരുന്നു. അതിനായി പത്രമാധ്യമങ്ങളെയും തന്റെ സാഹിത്യപ്രവർത്തനത്തെയും ഭാഷാ പരിഷ്കരണശ്രമത്തെയുമൊക്കെ ബോധപൂർവ്വം അദ്ദേഹം പ്രയോജനപ്പെടുത്തി. കടലിനോട് മല്ലിട്ടുജീവിക്കുന്ന ഒരു സമുദായത്തെ തൊഴിൽസേനയെന്ന നിലയിൽ അഭിസംബോധന ചെയ്യാനാണ് മത്സ്യത്തൊഴിലാളി പ്രശ്നങ്ങളിലേക്ക് അദ്ദേഹം പ്രവേശിച്ചത്. തികഞ്ഞ ഗാന്ധിയനായി കർമ്മജീവിതം ആരംഭിച്ച വേലുക്കുട്ടി അരയൻ കൃത്യമായ ദിശാബോധത്തോടുകൂടി ഇടതുപക്ഷ പ്രസ്ഥാനത്തിന്റെ ഭാഗമായി മാറുകയും ചെയ്തു. ജീവിതത്തിന്റെ സായാഹ്നത്തിൽ അദ്ദേഹം തികഞ്ഞ കമ്യൂണിസ്റ്റായി മാറിയത് സ്വാഭാവികം. തീരദേശവാസികൾ നേരിടുന്ന പരിസ്ഥിതിപ്രശ്നങ്ങൾ ഉൾപ്പെടെയുള്ള സാമൂഹികപ്രശ്നങ്ങളെ അധികാരികളുടെ ശ്രദ്ധയിൽ കൊണ്ടുവരാനുള്ള നിരന്തരപ്രശ്നങ്ങൾ സഫലമായ കർമ്മപരിപാടികളുടെ സാക്ഷാൽക്കാരമായി ഇന്ന് ആ സമുദായം അനുഭവിച്ചു പോരുന്നു. മത്സ്യവും കയറും കരിമണലും തീർക്കുന്ന കടലോര ജീവിതത്തിന്റെ സാഹചര്യത്തെ തിരിച്ചറിഞ്ഞ ആ കർമ്മയോഗി ഈ മേഖലയിലെ സർവ്വപ്രശ്നങ്ങളിലേക്കും തന്റെ വിചാരജീവിതത്തെ വികസിപ്പിച്ചു.

ഒരു തൊഴിൽസമൂഹത്തിന്റെ മുന്നേറ്റത്തെക്കുറിച്ച് ബോദ്ധ്യമുള്ള മറ്റേതൊരു പുരോഗമനവാദിയെയുംപോലെ വേലുക്കുട്ടി അരയനും മത്സ്യത്തൊഴിലാളി മേഖലയിലെ ട്രേഡ് യൂണിയൻ പ്രവർത്തനത്തെക്കുറിച്ച്

ബോധവാനായിരുന്നു. വ്യത്യസ്ത ജാതിമത ചിന്തകളിൽ ജീവിക്കുന്ന മത്സ്യത്തൊഴിലാളികൾ ജാതിമത ഭേദമെന്യേ തൊഴിലടിസ്ഥാനത്തിൽ സംഘടിക്കേണ്ടതിന്റെ ആവശ്യതയെക്കുറിച്ച് 1966ൽ ഫിഷറീസ് മാഗസിനിൽ അദ്ദേഹം എഴുതി. വാസ്തവത്തിൽ സമുദായപരിഷ്കരണ ശ്രമങ്ങളിലാരംഭിക്കുകയും പിന്നീട് കമ്യൂണിസത്തിലേക്ക് വികസിക്കുകയും ചെയ്ത ജീവിതമാണ് വേലുക്കുട്ടി അരയന്റേത്. അവശജാതിക്കാർ ജാതീയ അവശതകൾക്കെതിരെയും അവശവർഗ്ഗങ്ങൾ വർഗ്ഗചൂഷണത്തിനെതിരെയും നടത്തുന്ന പോരാട്ടങ്ങളുടെ സമന്വയമായ വിപ്ലവത്തൊഴിലാളി പ്രസ്ഥാനത്തിന് രൂപം നല്കുകയായിരുന്നു വേലുക്കുട്ടി അരയനെന്ന് സഖാവ് ഇ എം എസ് എഴുതിയത് ഓർക്കുക. സാമൂഹ്യാവശതകൾക്കുള്ളിൽ ജീവിച്ചിരുന്ന ഒരു ജനതയെ അക്ഷരവും അറിവും പകർന്ന് നല്കി, സംഘടിതതൊഴിൽ ശക്തിയായി, വർഗ്ഗബോധമുള്ള തൊഴിലാളി പ്രസ്ഥാനമായി വളർത്തിയെടുക്കാനാണ് അദ്ദേഹം നിരന്തരം പരിശ്രമിച്ചത്. കേവലം പതിനാല് വയസ്സിൽ ആരംഭിച്ച ആ ശ്രമങ്ങൾക്ക് ആറ് പതിറ്റാണ്ട് നീണ്ട ചരിത്രമാണ് പറയാനുള്ളത്. ആ ചരിത്രമാണ് ഇന്ന് വീണ്ടെടുക്കുന്നത്. കേരള സാഹിത്യ അക്കാദമി പ്രസിദ്ധീകരിച്ച വള്ളിക്കാവ് മോഹൻദാസ് രചിച്ച *അരയൻ* എന്ന പുസ്തകത്തിലൂടെ സാമ്പ്രദായിക ചരിത്രരചനയുടെയും ചരിത്രനിർമ്മിതിയുടെയും പരിമിതികളെ മറികടന്നുകൊണ്ട് മതാതീതമായ യുക്തിവാദിയായ ഒരു മനുഷ്യൻ സമുദായത്തിന്റെ ചട്ടക്കൂട്ടിൽ നിന്നുകൊണ്ട് നടത്തിയ പരിഷ്കരണ ശ്രമങ്ങൾ ആ കൃതി ചരിത്രപശ്ചാത്തലത്തിൽ വിലയിരുത്തുന്നുണ്ട്. സമസ്ത കേരളീയ അരയമഹാജനയോഗത്തിൽ നിന്ന് തിരുവിതാംകൂർ രാഷ്ട്രീയ മഹാസഭയിലേക്കുള്ള വികാസചരിത്രം വേലുക്കുട്ടി അരയനെന്ന സാമൂഹ്യ പരിഷ്കർത്താവിന്റെ ചരിത്രമായി ഈ കൃതിയിലൂടെ നമ്മുടെ മുന്നിലെത്തുന്നു.

ചരിത്രത്തിലെ അഭാവങ്ങളിൽനിന്നും വിടവുകളിൽനിന്നും വീണ്ടെടുക്കപ്പെടുന്ന ഇത്തരം ചരിത്രപുരുഷന്മാരെ സാമൂഹ്യചരിത്രത്തിൽ സ്ഥാപിക്കുക എന്ന ദൗത്യമാണ് നമ്മൾ ഏറ്റെടുക്കേണ്ടത്. സമീപ ഭൂതകാലങ്ങളിൽ ചരിത്രസ്ഥലികളിൽപ്പോലും വിസ്മൃതനായിപ്പോയ ഈ ചരിത്രപുരുഷന്റെ ഓർമ്മകൾ മാഞ്ഞുപോയതും മറയ്ക്കപ്പെട്ടതുമായ ഒട്ടനവധി വ്യക്തിത്വത്തെയും സംഭവങ്ങളെയും വീണ്ടെടുക്കാനുള്ള പ്രേരണയാകട്ടെ. അപ്പോൾ മാത്രമേ നമ്മുടെ സാമൂഹ്യചരിത്രം പൂർത്തിയാവുകയുള്ളു.

9 789388 485753

Printed by Libri Plureos GmbH in Hamburg, Germany